சாபம்

சாபம்
சல்மா

இயற்பெயர் ராஜாத்தி (எ) ரொக்கையா. திருச்சி மாவட்டம் பொன்னம்பட்டி சிறப்பு ஊராட்சி மன்றத் தலைவியாகவும் தமிழ்நாடு சமூகநலத் துறை வாரியத் தலைவியாகவும் பணியாற்றினார். மூன்று கவிதைத் தொகுப்புகள், இரண்டு நாவல்கள், ஒரு சிறுகதைத் தொகுப்பு வெளிவந்துள்ளன. 'கனவுவெளிப் பயணம்' என்ற பயண நூலும் வெளியாகி உள்ளது. இவருடைய 'இழப்பு' சிறுகதை 'கதா - காலச்சுவடு' போட்டியில் பரிசு பெற்றது.

சேனல் 4 தயாரிப்பில் இவரது வாழ்க்கையை அடிப்படையாகக்கொண்ட 'சல்மா' என்கிற ஆவணப்படம் கிம் லாங்கினாட்டோ என்கிற பிரிட்டிஷ் இயக்குநரால் இயக்கப்பட்டு நூற்றுக்கும் மேற்பட்ட நாடுகளின் உலகப்பட விழாக்களில் திரையிடப்பட்டு, பதினான்கு சர்வதேச விருதுகளைப் பெற்றுள்ளது.

2006ஆம் ஆண்டு ஃபிராங்பர்ட் புத்தக விழா, 2009 லண்டன் புத்தகக் கண்காட்சி, 2010 சீனாவின் பெய்சிங் புத்தகக் கண்காட்சி ஆகியவற்றில் பங்கேற்றார். சல்மாவின் படைப்புகளை முன்வைத்து நார்மன் கட்லர் நினைவுக் கருத்தரங்கு சிகாகோ பல்கலைக்கழகத்தில் 2007 மே மாதம் நடைபெற்றது.

'இரண்டாம் ஜாமங்களின் கதை' ஆங்கிலம், மலையாளம், மராத்தி, ஜெர்மன், கடாலன் ஆகிய மொழிகளில் மொழிபெயர்க்கப்பட்டுள்ளது; வோடோ போன் க்ராஸ்வோர்டு பரிசு, மான் ஆசியா பரிசு ஆகியவற்றின் முதல் பட்டியலில் இடம்பெற்றது. 'மனாமியங்கள்' ஆங்கிலத்தில் Women Dreaming என்ற தலைப்பில் வெளியாகியுள்ளது. 'சாபம்' சிறுகதைத் தொகுப்பு ஆங்கிலத்திலும் மலையாளத்திலும் வெளி வந்துள்ளது. சல்மா கவிதைகளுக்கான மஹாகவி கன்ஹையாலால் சேத்தியா விருதைப் (2019) பெற்றுள்ளார்.

பெற்றோர்: சர்புனிஷா, சம்சுதீன். கணவர் அப்துல் மாலிக். மகன்கள் சலீம், நதீம்.

தொலைபேசி: 9444918604
மின்னஞ்சல் : tamilpoetsalma@gmail.com

ஆசிரியரின் பிற நூல்கள்
(காலச்சுவடு வெளியீடு)

நாவல்
- இரண்டாம் ஜாமங்களின் கதை (2004)
- மனாமியங்கள் (2016)
- அடைக்கும் தாழ் (2022)

சிறுகதை
- பால்யம் (2022)

கவிதை
- ஒரு மாலையும் இன்னொரு மாலையும் (2000)
- பச்சை தேவதை (2003)
- தானுமானவள் (2021)

சல்மா

சாபம்

காலச்சுவடு பதிப்பகம்

அன்பார்ந்த வாசகருக்கு,

வணக்கம்.

காலச்சுவடு நூலை வாங்கியமைக்கு நன்றி.

நூலின் உள்ளடக்கம், உருவாக்கம், அட்டைப்படம் இன்ன பிற அம்சங்கள் பற்றிய உங்கள் கருத்துகளையும் ஆலோசனைகளையும் காலச்சுவடு வரவேற்கிறது. தகவல், எழுத்து, வாக்கியப் பிழைகள் தென்பட்டால் கட்டாயம் தெரிவித்து உதவுங்கள். நூல் தயாரிப்பில் கடும் குறைபாடு இருப்பின் மாற்றுப் பிரதி உங்களுக்குக் கிடைக்கக் காலச்சுவடு ஏற்பாடு செய்யும்.

மின்னஞ்சல்: publisher@kalachuvadu.com

காலச்சுவடு நாகர்கோவில் அலுவலகத்திற்குக் கடிதம் அனுப்பலாம்.

தங்கள்
எஸ். ஆர். சுந்தரம் (கண்ணன்)
பதிப்பாளர் – நிர்வாக இயக்குநர்

சாபம் ♦ சிறுகதைகள் ♦ ஆசிரியர்: சல்மா ♦ © ராஜாத்தி ♦ முதல் பதிப்பு: டிசம்பர் 2012, ஏழாம் பதிப்பு: அக்டோபர் 2023 ♦ வெளியீடு: காலச்சுவடு பப்ளிகேஷன்ஸ் (பி) லிட்., 669 கே. பி. சாலை, நாகர்கோவில் 629001

caapam ♦ Short Stories ♦ Author: Salma ♦ © Rajathi ♦ Language: Tamil ♦ First Edition: December 2012, Seventh Edition: October 2023 ♦ Size: Demy 1 x 8 ♦ Paper: 18.6 kg maplitho ♦ Pages: 144

Published by Kalachuvadu Publications Pvt. Ltd., 669 K.P. Road, Nagercoil 629001, India ♦ Phone: 91-4652-278525 ♦ e-mail: publications @kalachuvadu.com ♦ Printed at Adyar Students xerox Pvt. Ltd., No. 275 Habibullah Road, Triplicane high Road, Opp Triplicane Post Office, Triplicane, Chennai 600005

ISBN: 978-93-81969-58-8

10/2023/S.No. 503, kcp 4749, 18.6 (7) uss

போராடக் கற்றுக்கொடுத்த
மலாலா யூசுப் சயிக்

பொருளடக்கம்

முன்னுரை: மிச்சமிருப்பது	11
சலனம்	13
வலி	22
பொறி	32
சாபம்	37
யுத்தம்	54
இழப்பு	63
விளிம்பு	77
விதி	103
இருள்	113
தோழி	123
மறுமுகம்	136

இச்சிறுகதைகள்
காலச்சுவடு, தலித் இதழ்களில் வெளிவந்தவை.

முன்னுரை

மிச்சமிருப்பது

சற்றே நீண்ட மௌனத்தைக் கலைக்கும் மனநிலையின் விளைவாக இந்தச் சிறுகதைத் தொகுதி உங்கள் கைகளில் இருக்கிறது. ஒரு படைப்பாளி தொடர்ந்து இயங்குவது எத்தனை அவசியம் என்பதை எழுதாமலிருக்கும் காலம் சற்றுக் கடுமையாகவே போதித்துவிடுகிறது.

சக படைப்பாளிகள் தொடர்ந்து இயங்கிக்கொண் டிருக்கும் தருணத்தில் தான் எழுதாமலிருப்பது நிச்சய மாக ஒருவருக்கு மன அவசத்தைத் தரும். கொஞ்சம் துக்கத்தையும் நிறைய குற்றவுணர்வையும் அது ஏற்படுத் தும்.

ஒரு மனிதனின் வாழ்க்கையில் ஒவ்வொரு ஏழு வருடத்திற்கும் ஒரு பெரிய மாற்றம் இருக்கும் என்று சொல்வார்கள். என்னைப் பொறுத்தவரை 2005இலிருந்து 2012வரையிலான காலகட்டம், என் வாழ்க்கையின் சூழலை யும் மனநிலையையும் மிகவும் புரட்டிப்போட்டது. முக்கிய மான நட்புகளும் உறவுகளும் சிதறிய காலகட்டம் அது. பல ஆண்டுகளாக வீட்டில் உறைந்திருந்த நான் ஒரு நாள் ஓய்வுக்காக ஏங்கியபடி ஓடிக்கொண்டிருந்த காலகட்டம் அது. கிடைக்கும் ஒரே ஒரு வாழ்க்கையை ஏன் இத்தனை துன்பம் மிக்கதாக மாற்றிக்கொள்கிறோம் எனத் துக்கத் தோடும் கண்ணீரோடும் நினைத்துக்கொண்டேன்.

நவீன உலகின் பரந்தவெளி பெண்ணின் உடல், மனம் ஆகியவற்றின்மீது செலுத்திக்கொண்டிருக்கும் வன்முறை நாளின் ஒவ்வொரு நிமிடத்திலும் அவள் பெண் என்பதை வேதனையுடன் உணர்த்துகிறது.

இத்தொகுப்பிலுள்ள கதைகள் பெரிதும் பெண்களின் மன உலகம் சார்ந்து உருவாகியுள்ளன. இரண்டாம் ஜாமங்களின் கதை வெளியான பிறகு எழுந்த கசப்பான விமர்சனங்களையும் நேர்மறையான கருத்துகளையும் ஒரே தட்டில் வைத்துப் பார்க்க இயலாது. பெண்ணும் அவள் படைப்பும் படைப்பைத் தாண்டித் தனிப்பட்ட நோக்கங்களுக்காகவும் அரசியலுக்காகவும் தாக்குதல் இலக்காக இருந்துகொண்டிருக்கும் நிலைமை சற்றுத் துரதிர்ஷ்டமானது.

சமூகம் படைப்பாளியை அணுகும் முறை படைப்பாளியின் சுதந்திரத்தையும் படைப்பு மனநிலையையும் வெகுவாகச் சிதைத்து அழிக்கிறது. இதில் படைப்பாளியின் மனநிலையில் வெற்றிடங்கள் உருவாகும் மிகப் பெரிய ஆபத்தும் உண்டு. சில காலமாக மனத்தில் சுமந்திருந்த அவ்வெற்றிடங்களை நிரப்புவதற்கான முயற்சியாக இத்தொகுப்பை உணர்கிறேன்.

இன்னும் சொல்வதற்குக் கொஞ்சம் கதைகளையும் நிறைய மௌனங்களையும் கொண்டவளாகவே உணர்கிறேன்.

என் செயல்பாடுகளை ஊக்குவித்துத் துணைநிற்பவர்கள் என் கணவரும் பிள்ளைகளும்.

இத்தொகுப்பை மிகச் சிறப்பாகச் செம்மையாக்கம் செய்திருப்பவர் நண்பர் நஞ்சுண்டன். அவருக்கு உதவியவர்கள் பேராசிரியர் கிருஷ்ணனும் பெ. பாலசுப்ரமணியனும்.

என் நூல்களைத் தொடர்ந்து வெளியிட்டுவரும் காலச்சுவடு பதிப்பகம் இத்தொகுப்பையும் சிரத்தையோடு வெளியிடுகிறது.

இவர்கள் அனைவருக்கும் என் நெஞ்சார்ந்த நன்றி.

10 டிசம்பர் 2012   **சல்மா**
சென்னை

சலனம்

மழை நின்றபாடில்லை என்றாலும் நாங்கள் புறப்பட வேண்டிய நேரம் நெருங்கிவிட்டதால் யாசர் ஆட்டோவைக் கொண்டுவந்து நிறுத்தி 'ஏறு, போலாம்' என்றான்.

அக்குரலில் ஏனோ ஒரு விதமான இயலாமை தெறித்ததை உணர்ந்தாலும் அது எதனால் எனப் புரிந்த தால் பதில் எதுவும் சொல்லத் தோன்றாமல் ஆட்டோ வில் ஏறி உட்கார்ந்தேன். மழைநீர் உள்ளே வந்துவிடா மல் பாதுகாப்பாக அதன் கனமான பிளாஸ்டிக் திரையை இழுத்து மூடினேன். அது ஓரளவுக்குத்தான் மழைநீரைத் தடுக்கும் என்பதால் காலைச் சற்று உயர்த்திச் சுடிதார் நனைந்துவிடாமல் உட்கார்ந்துகொண்டேன்.

'சரிண்ணே கிளம்புங்க' யாசரின் குரலில் தெரிந்த அவசரத்தை டிரைவர் உணர்ந்திருக்க வேண்டும். ஆட்டோ கிளம்பிய வேகத்தில் அது தெரிந்தது.

கொட்டிய மழையில் நனைந்துகிடந்த ரயில் நிலையத்தின் மொசைக் தரையில் வழுக்கிவிடாமல் கவனமாக நடந்தோம். நாங்கள் செல்ல வேண்டிய ரயில் எந்தப் பிளாட்பாரத்தில் நின்றிருந்தது என்பதைத் திரையில் கூர்ந்து பார்த்து அறிய முயன்ற யாசரின் மனம் குழப்பத்திற்கு ஆட்பட்டிருந்ததை உணர்ந்தேன்.

'நம்ம வண்டி எட்டாவது பிளாட்பாரம். போகலாம்' என நடக்க ஆரம்பித்தான்.

ஜன நெரிசலுக்கிடையே அவனைப் பின்தொடர்ந் தேன். ரயில் நிலையத்தில் எப்போதும் வீசும் துர்நாற்றம் இன்று மழையால் பல மடங்கு அதிகரித்து வயிற்றைப்

புரட்டத் துப்பட்டாவால் மூக்கைப் பொத்திக்கொண்டு நடந்தேன். எனக்கு முன்பாகச் சென்று எஸ்2 பெட்டியின் முன்னால் நின்றிருந்த யாசர் '20, 24' என்றபடியே நான் உள்ளே ஏறுவதற்காக வழிவிட்டுக் காத்திருந்தான்.

பெட்டியின் தளத்தின் பெரும் பகுதியை மழைநீர் நனைத் திருக்க, நசநசத்துக்கிடந்த பாதையில் நடந்து எனக்கான இருக்கையில் அமர்ந்தேன்.

'அல்லாவே எப்படி இந்த அசௌகரியமான இடத்தில் பயணிக்கப்போகிறேன்' என்று எனக்குள்ளேயே முணுமுணுத்து யாசரைப் பார்த்து ஆதரவாகப் புன்னகைத்தேன். என் அசௌகரியத்தை முகம் காட்டிக் கொடுத்துவிடக் கூடாது என உறுதியோடிருந்தேன்.

'சாரி சித்தி, திடீர்னு கிளம்புனதுல ஏசி பெட்டியில டிக்கெட் கிடைக்கல. பாரு கொஞ்சங்கூடச் சௌகரியமாவே இல்லை...' கெஞ்சிய குரலில் சொன்னவனிடம், 'சேச்சே, அப்படியெல்லாம் இல்லை. ஒரு நைட்தானே பரவாயில்லை. சமாளிச்சுக்குவேன்' சிரித்துக்கொண்டே சமாதானப்படுத்த முயன்றேன். ரயில் கிளம்புவதற்காகக் காத்திருந்தோம்.

ரயில் கிளம்பி டிடிஇ வந்துவிட்டுப் போன சற்று நேரத்தில் எங்கள் இருக்கைகளில் இருபதுக்கும் மேலான ஆண்கள் நெருக்கமாக வந்து உட்கார்ந்துகொண்டார்கள். எல்லோரும் இருபதிலிருந்து முப்பது வயதிற்குட்பட்டவர்கள். நிச்சயமாகத் தமிழர்கள் அல்ல. வடக்கத்திய முகங்கள். கூலி வேலைகளுக் காகச் சென்னையில் இருப்பவர்கள் என்பது பார்த்த மாத்திரத் தில் தெரிந்தது. நிச்சயமாக அவர்கள் யாரிடத்திலும் பயணப் பதிவுச்சீட்டு இருக்க வாய்ப்பில்லை. நேரம் 9 மணிதான் என்றாலும் அவர்களை எப்படி அங்கிருந்து கிளப்புவது என்னும் யோசனை உள்ளுக்குள் ஓடிக்கொண்டிருந்தது.

'அவளோட அப்பா அம்மாவுக்கு நாம அங்க வர்றது தெரியுமா? என்ன சொன்னாங்க? அனிதா ஏதும் சொன்னாளா?'

'இல்ல சித்தி. அவங்களுக்கு நாம வர்றது தெரியாது. தெரிஞ்சதுன்னா வீட்டைப் பூட்டிட்டு எங்கேயாவது போயிட வாய்ப்பு இருக்கு. அதான் முன்கூட்டிச் சொல்லாம அனிதா வரச் சொல்லிட்டா.'

நான் ஒரு நிமிடம் அவன் முகத்தை உற்று நோக்கி அவன் மனநிலையை ஊகிக்க முயன்றேன். பெரும் கவலையோடு மனக் குழப்பத்தில் இருந்ததைச் சுலபமாக அறியத் தந்தது அந்த முகம்.

‘சரி சாப்பிடலாமா?’ தன் கையிலிருந்த சாப்பாட்டுப் பையைத் தயக்கத்துடன் எடுத்த அவன் முகத்தில் தான் சாப்பிடப்போவதில்லை என்னும் முடிவு தெரிந்தது.

‘இல்லை வேண்டாம் இந்த இடைஞ்சல்லயும் நாத்தத்தில யும் என்ன சாப்பிட? நீ வேணும்னா சாப்பிடு ப்ளீஸ்.’

எனக்கு வேண்டாம் என்று சொன்னபோதே அவனாவது அவசியம் சாப்பிட வேண்டும் என்ற என் குரலிலிருந்த வலியுறுத்தலை அவன் புரிந்துகொண்டாலும், ‘இல்ல சித்தி எனக்கும் வேணாம். இங்கேயே வச்சிடுவோம்’ என்று இருக்கைக்கு அடியில் சாப்பாட்டுப் பையை வைத்துவிட்டு மௌனமாக என் முகத்தைக் கூர்ந்து கவனித்தான்.

நிமிடத்திற்கு நிமிடம் பெட்டிக்குள் துர்நாற்றம் கூடிக் கொண்டிருந்தது. மழையின் காரணமாக அடைக்கப்பட்ட ஜன்னல்களும் அடர்த்தியான மனிதக் கூட்டமும் காற்றோட் டத்தை இல்லாமல் செய்ய மூச்சுமுட்டுவதுபோல உணர்ந்தேன். இன்னும் கடக்க வேண்டிய நீண்ட தூரம் நினைவுக்கு வர முகம் தானாகவே அந்த அசௌகரியத்தால் ஏற்பட்ட வெறுப்பைப் பிரதிபலித்தது.

படுப்பதற்கு முன்பு கழிப்பறைக்குச் சென்று வர நினைத்து எழுந்தேன். எழுந்து நடப்பதற்கான இடவசதிகூட இல்லாமல் அவர்கள் நின்றுகொண்டிருந்தார்கள். பெரும்பாலானவர்கள் அழுக்கடைந்த உடைகளும் பரட்டையான தலைமுடியுமாகப் பார்ப்பதற்குப் பரிதாபமாக இருந்தார்கள்.

அவர்கள்மீது இடித்துக்கொண்டோ உரசிக்கொண்டோ தான் கழிப்பறைக்குச் செல்ல முடியும் என்பதுபோலிருக்க, நான் கழிப்பறை செல்லும் எண்ணத்தைக் கைவிட்டேன். அதோடு கழிப்பறை என்ன நிலையில் இருக்குமோ தெரிய வில்லை என்பதால், பொதுக் கழிப்பறைகளை உபயோகிப்ப தால் வரக்கூடிய பின்விளைவுகளையும் அவசரமாக எனக்குள் முனகிக்கொண்டேன்.

இந்த ரயில் பயணத்தின் அசௌகரியம் எனக்கு மட்டு மல்ல அவனுக்கும் புதிதுதான் என்றாலும், காதலுக்கு முன்னால் வேறெதுவும் அவ்வளவு பொருட்டல்ல என்னும் உண்மை அவனும் அறிந்ததுதானே என நினைத்துக்கொண்டேன்.

‘சரி நீ படுத்துக்கோ, நேரமாயிருச்சு. நானும் படுக்கிறேன்’ என்று என் இருக்கையில் உட்கார்ந்திருந்தவர்களைச் சைகை யால் எழச் செய்துவிட்டுப் படுக்கையைத் தயார்செய்யத்

தொடங்கினான். அவன் செயல் மற்ற பயணிகளுக்கும் சந்தோஷத்தைத் தந்திருக்கக்கூடும். அவர்களும் தங்களை ஆசுவாசப்படுத்திக்கொள்ளும் விதத்தில் அவசரமாகப் படுக்கைகளை விரிக்கத் தொடங்கினார்கள். அந்த Bayஇல் என்னைத் தவிர ஒரு பெண்கூட இல்லை என்பதைக் கவனித் தேன். பயணிகள் அவரவர் படுக்கைக்குச் சென்ற பிறகு அங்கிருந்தவர்களில் சிலர் வேறு இடம் தேடிச் செல்ல மீதி ஆறு பேர் மட்டும் செய்வதறியாமல் பரிதாபமாக விழித்துக் கொண்டே சற்று நேரம் நின்றிருந்தார்கள். அவர்களும் போய் விடலாம் என்னும் நம்பிக்கையோடு கண்களை மூடிக் கொண்டேன்.

இருந்தாலும் மிக அருகில் ஆண்கள் நின்றுகொண்டிருந் தார்கள் என்னும் எண்ணம் நிம்மதியிழக்கச் செய்யக் கண் களைத் திறந்து அவர்கள் என்ன செய்துகொண்டிருந்தார்கள் எனப் பார்த்தேன். என் லோயர் பெர்த்தில் கால்களுக்கு அருகே ஒருவன் உட்கார்ந்திருக்க மற்றவர்கள் மற்ற பயணி களின் கால்களுக்கு அருகாக எதிர் பெர்த்திலும் சைடு லோயர் பெர்த்திலும் உட்கார்ந்திருந்தார்கள். ஒருவன் மட்டும் ஒரு துண்டை எடுத்து இரண்டு லோயர் பெர்த்துகளுக்கும் இடைப் பட்ட பகுதியில் விரித்துப் படுக்க ஆயத்தம் செய்துகொண் டிருந்தான். பத்துக்கும் குறையாத ஆண்கள் என்னைச் சுற்றி யிருக்க அவர்களுக்கு மத்தியில் படுத்திருக்கிறோம் என்பதே திகிலூட்டும் நினைவாக எனக்குள் மாற அத்தனை நேரம் பயணத்தில் உணர்ந்த துன்பம், அசௌகரியம் அனைத்தும் சட்டெனப் பயமாக மாறின. சுற்றிலும் ஆண்களால் சூழப் பட்ட இடத்தில் சிக்கிக்கொண்ட பயம். நான் அயர்ந்து தூங்கும் தருணத்தில் அவர்களில் யாரேனும் ஒருவன் தொட்டுவிடுவதற் கான வாய்ப்பு இருந்த பயம்.

யாரிடம் உதவி கேட்பது எனப் புரியாமல் அமைதியாக இருளையும் இருளில் தெரிந்த உருவங்களையும் வெறித்தவாறே படுத்திருந்தேன். அவர்களைக் கடுமையாக ஏதும் சொல்லி அனுப்புவதற்குத் தைரியமோ மனமோ இல்லாமல், போலீஸ் அல்லது டிடிஇ யாராவது அந்தப் பகுதியைக் கடந்து போவார் களா எனக் கவனிக்க ஆரம்பித்தேன். சைடு அப்பர் பெர்த்தில் படுத்திருந்த யாசரும் அதே பதற்றத்துடன் என்னையே பார்த்துக் கொண்டிருந்ததை மங்கிய வெளிச்சத்தினூடே கவனித்தேன்.

நிச்சயமாக அவனால் தூங்க முடியாது என நினைத்துக் கொண்டேன். நான்காண்டுக் காதல். அவளுடைய பெற்றோ ரின் சம்மதத்திற்காகப் போய்க்கொண்டிருந்தோம். அவன்

வருவது தெரிந்தாலே வீட்டைப் பூட்டிவிட்டுப் போய்விடுவார்கள் என்கிற செய்தியிலேயே முடிவு தெரிகிறதுதான். அது எத்தகைய மனப்போராட்டத்தைத் தரும் என வருத்தத்துடன் யோசித்தேன்.

டிக்கெட் பரிசோதகர் வரவே சிந்தனையிலிருந்து விடுபட்டுச் சற்றுப் பதற்றத்துடன் அவசரமாக, ‘சார் இங்க பாருங்க இவங்களை. வேற எங்கியாவது போகச் சொல்லுங்க’ என்றேன்.

என் குரல் கேட்டுத் திரும்பியவர், ‘டேய் யாருடா இங்கே! எந்திரிங்க ... கௌம்பு ... கௌம்பு ...’ என்று அதட்டிக்கொண்டே சட்டைக் காலரைப் பற்றி இழுத்து அவர்களை நெட்டித் தள்ளியபடி ஒவ்வொருவர் முதுகிலும் அடிக்கத் தொடங்கினார்.

என் பர்த்துக்குக் கீழே படுத்திருந்தவனைக் காலால் எட்டி உதைத்து எழவைத்தவர் அவன் முதுகில் தொடர்ச்சியாக அடித்து அங்கிருந்து நெட்டித் தள்ளினார். அந்த அதட்டலுக்கே அவர்கள் போய்விடக்கூடும் என்ற நிலையில் ஒரு பெண்ணின் முன்னால் தன்னைக் கதாநாயகனாகக் காட்டிக்கொண்ட தொனி அதில் இருந்ததைக் கவனித்தேன். ‘பாவம் சார். அடிக்காதீங்க’ என்றேன். தேவையில்லாமல் அவரிடம் சொல்லிவிட்டோமோ என்னும் பதற்றமும் உடனே ஏற்பட்டது. என் குரல் அவர் காதுக்குப் போய்ச் சேரவில்லை என்றுதான் சொல்ல வேண்டும்.

அங்கங்கே ஒட்டிக்கொண்டு உட்கார்ந்திருந்தவர்களும் கீழே படுத்திருந்தவனும் வெளியேற்றப்பட்டதும் பெட்டி காலியாகத் தெரிந்து மனம் ஏனோ கனத்ததைப் போலிருந்தது.

டிடிஇ அவர்களை அடித்திருக்கக் கூடாது என நினைத்தேன். இனித் தூக்கம் வரும் நம்பிக்கை போய்விட யாசர் என்ன செய்துகொண்டிருந்தான் எனக் கவனித்தேன். செல்போனில் எதையோ துழாவியவாறு படுத்திருந்தான். இது அவனுக்கு மிக முக்கியமான பயணம். தன் வாழ்வின் முக்கியமான முடிவை நோக்கிய பயணம். நாளை என்ன நடக்கும் என்னும் ஆதங்கம் நிச்சயம் அவனைத் தூங்கவிடாது. அவன் பிறந்ததிலிருந்து என்னிடம்தான் வளர்ந்தான். அம்மா என்று கேட்டால் என்னைத்தான் காட்டுவான். தூசுகூடப்படாமல் வளர்த்தேன். இன்று காதல் என்கிற விஷயத்தில் சிக்கி அவன் அடையும் மனவேதனையைக் கூடவே இருந்து பார்ப்பது சகிக்க முடியாத துன்பமாக மாறியபோது நான்தான் அவன் பெற்றோரிடம் பேசினேன். ‘இப்ப என்ன செய்யச் சொல்ற? ஒரு இந்துப் பொண்ணை என் மகனுக்குக் கட்டணும்னா?’ அக்கா கூப்பாடு போட்டாள்.

'காலம் மாறுது அதை நீ ஏத்துக்கத்தான் வேணும். நம்ப புள்ள சந்தோஷத்துக்குத்தான் கல்யாணம். நம்ம சந்தோஷத்துக்கோ கௌரவத்துக்கோ இல்ல.'

தொடர்ச்சியான பல நாள் போராட்டத்திற்குப் பிறகு அக்கா சொன்னாள். 'சரி. ஆனா அந்தப் பொண்ணு இஸ்லாத்துக்கு மாறணும். இதுல நான் ஒரு நாளும் விட்டுக்குடுக்க மாட்டேன்.'

எனக்குத் தலை வலித்தது. ஈரத்தில் நசநசத்துக்கிடந்த ரயில் பெட்டியில் துர்நாற்றம் எழுந்து இம்சித்தது. முழு இரவையும் யாசரைப் போலவே தூங்காமல் கழிக்க வேண்டும் என்ற நினைவே கஷ்டமாக இருக்க மறுபடியும் கண்களை மூடித் தூங்க முயன்றேன். ரயில் எழுப்பிய ஓசையும் அதன் அசைவும் எப்படியேனும் என்னைத் தூங்கச் செய்துவிடாதா என்கிற எண்ணம் தோன்றினாலும், யாசர் தூங்காமல் மன வேதனையோடிருந்தபோது நான் மட்டும் எதற்காகத் தூங்க விரும்பினேன் என்னும் கேள்வி குற்றவுணர்ச்சியை உருவாக்க ஏதேதோ நினைவுகளைத் தேடிப் பயணிக்க ஆரம்பித்தேன்.

○

ரயில்வே ஸ்டேஷனிலிருந்து விடுதிக்குச் செல்வதற்காக டாக்ஸியில் ஏறியபோது யாசர் சொன்னான், 'நாம பதினோரு மணிக்கு அவங்க வீட்டுக்குக் கிளம்புனா போதும். அனிதா வீடு பக்கம்தான்' என்றான்.

கேரளாவுக்கு வருவது புதிதல்ல என்றாலும் இந்த நகரத்திற்கு வருவது இதுதான் முதல்முறை என்பதால் தெருக்களை ஆர்வத்துடன் கவனித்தேன். சென்னையுடன் ஒப்பிட்டால் முற்றிலும் வேறுபட்ட சூழலைக் கொண்ட இந்நகரம் பார்ப்பதற்குப் பிடித்திருந்தது. டாக்ஸியிலிருந்து கீழே இறங்கியபோது யாசர் கேட்டான் 'நாம பழம் ஸ்வீட் ஏதும் அவங்க வீட்டுக்கு வாங்கிட்டுப் போகணுமா?'

அவன் யோசனை கேட்கவில்லை, என் அனுமதியைத்தான் கேட்டான் என நினைத்து, 'ஆமாம். போறப்பப் பார்த்துக்கலாம்' என்று சொல்லிக் காரிலிருந்து இறங்கினேன்.

○

கையிலிருந்த விலாசத்தை வைத்து அந்த வீட்டைத் தேடுவது அவ்வளவு சுலபமாக இருக்கவில்லை. சற்றுக் குறுகலான சந்து. சிறிய கார் மட்டுமே செல்ல முடியும். நாங்கள் சென்ற கார் சிறியது என்பதால் சுலபமாக உள்ளே செல்ல முடிந்தது. எல்லா வீடுகளும் ஏறக்குறைய ஒன்றுபோலிருந்தன.

காரில் ஏறிக் கிளம்பியபோது, 'நான் ஒருமுறை அனிதா வோட அக்கா கல்யாணத்துக்கு பிரண்ட்ஸ்கூட வந்துருக்கேன். ஈஸியா வீட்டைக் கண்டுபிடிச்சுடுவேன்' என்று சொல்லிக் காரில் ஏறியவன் இப்போது கண்டுபிடிக்க முடியாமல் திணறிக் கொண்டிருந்தான். அவன் சொன்ன அட்ரஸ் யாருக்கும் தெரியவில்லை என்பதால் யாசர் அனிதாவிற்குக் கால்செய்து வழியை விசாரித்துக்கொண்டிருந்தான்.

ஒருவழியாக அவர்கள் அட்ரஸைக் கண்டுபிடித்து வீட்டின் முன்னால் இறங்கி நின்றோம். நாய் இருக்குமோவெனக் கேட்டின் இடைவெளி வழியே எட்டிப் பார்த்தேன். எந்த ஆரவாரமுமில்லாமல் இருக்க, அனிதா யாசரிடம் ஃபோனில் சொன்னாள், 'அப்பாகிட்ட சொல்லிட்டேன் வந்து கேட்டைத் திறப்பார்.' கேட்டிற்கும் வீட்டிற்கும் இடையே இருபது அடி தூரம் இருந்தது. புது வீடு. சமீபத்தில் கட்டியதுபோல. நாங்கள் காத்திருந்தோம். தூரத்தில் வீட்டினுள்ளிருந்து ஒரு பெண் வெளியே வந்தார். ஐம்பத்தைந்திலிருந்து அறுபது வயதிற்குள் இருக்கும். சிவந்த நிறம். குட்டையான உருவம். சாதாரண வாயில் சேலை உடுத்தியிருந்தார். அவர் முகத்திலிருந்த சிரிப்பு நிம்மதியை ஏற்படுத்தியது.

கேட்டைத் திறந்து சிரித்தபடி 'உள்ளே வாங்க' என்றார். அவரது சுத்தமான தமிழ் கேட்பதற்கு ஆச்சர்யமாக இருக்க யாசர் கிசுகிசுப்பாகச் சொன்னான், 'இவங்க அனிதாவோட அம்மா. ரொம்ப வருசம் தமிழ்நாட்டுலதான் இருந்தாங்க, இப்பத்தான் கேரளா வந்து கொஞ்ச வருசமாகுது.'

அனிதாவின் தாயாரின் பின்னே சென்று வரவேற்பறைக் குள் நுழைந்த எங்களை 'வாங்க உட்காருங்க' என்று வரவேற்றார் அனிதாவின் தந்தை.

நாங்கள் இருக்கைகளில் அமர்ந்த பிறகு அவரும் எதிரே உட்கார்ந்துகொண்டார். அவர் முகம் இறுக்கத்துடனிருந்தது. வேறு வழியில்லாமல் எங்களை உள்ளே அனுமதித்துவிட்டதைப் போலிருந்தது. குள்ளமான உருவம். ரொம்பவும் வயதான தோற்றம். என்ன சாப்பிடுகிறீர்கள் எனக் கேட்காமலேயே எங்களுக்கு முன்னால் இரண்டு கண்ணாடி கிளாஸ்களில் ஆரஞ்சுநிறக் குளிர்பானம் வைக்கப்பட்டது. அது என்னை ரொம்பவே கூச்சப்படவைத்தது.

அக்கா என்னை யாசரோடு அனுப்பிய காரணம் திடீரென நினைவுக்கு வந்தது.

'அவன் தனியாப் போனா அவனுக அடிச்சு கிடிச்சு கொன்னு போட்டா என்னா பண்றது? தனியால்லாம் போக வேணாம். நீயும் கூடப் போ.' எனக்குச் சிரிப்பு வந்தது.

யார் முதலில் பேச்சைத் தொடங்குவது என்னும் குழப்பம் நீண்டுகொண்டிருக்க, அனிதாவின் அம்மாவும் இவர்களுக்கு எதிரேயிருந்த மாடிப்படியின் கடைசிப் படியில் உட்கார்ந்து கொண்டார்.

அனிதாவின் அப்பாதான் ஆரம்பித்தார். 'நீங்க எதுக்காக வந்திருக்கீங்கன்னு அனிதா சொன்னா.' கொஞ்சம் இடைவெளி விட்டுத் தொடர்ந்தார், 'நான் நேரடியாகவே விஷயத்துக்கு வர்றேன். எங்களுக்கு இதில இஷ்டமில்லை ரெண்டு பேரும் வேற வேற மதத்துல இருந்துக்கிட்டு இது சரியா வரும்னு எனக்குத் தோணல. உங்க ரெண்டு பேர் விருப்பத்துக்காக நாங்க எங்க குடும்பம், சொந்தம் எல்லாத்தையும் விட்டுக் கொடுக்க முடியாது' விடாமல் பேசிய அவரை வழி மறிக்க முயன்ற என்னை 'நீங்க எதுவும் சொல்ல வேண்டாம். ப்ளீஸ் . . . நான் பேசி முடிச்சுர்றேன்' என்றவர் தனக்கு விருப்பமில்லை என்பதைப் பல்வேறு காரணங்களை முன்வைத்து விளக்கிக் கொண்டு போனார்.

நான் அமைதியாக வரவேற்பறையில் இருந்த புகைப்படங் களையும் கிருஷ்ணன் சிலையையும் பார்த்துக்கொண்டிருந் தேன். கிருஷ்ணனுக்குத் தினமும் எண்ணெய் விளக்கு ஏற்று வார்கள்போலிருந்தது. அருகில் விளக்கும் சிறிய எண்ணெய்க் கிண்ணமும் இருந்தன. அனிதா தன் சகோதரியோடு இருந்த புகைப்படத்தில் அழகாகச் சிரித்துக்கொண்டிருந்தாள்.

அப்போது யாசர் அவரைச் சமாதானப்படுத்தும் விஷயங் களைச் சொல்ல, அனிதாவின் அம்மா அவனைக் குறுக்கிட்டுப் பேச ஆரம்பித்தார். பேசினார் என்பதைவிட அழ ஆரம்பித்தார்.

'இவர் ரொம்ப காலம் தமிழ்நாட்டுல வேலையில இருந்தது னால நாங்க இப்பத்தான் சொந்த ஊர்ல சொந்தக்காரங்களோட வாழறதுக்கு இங்க வந்து வீடு கட்டி செட்டில் ஆயிருக்கோம். இப்ப இந்தக் கல்யாணம் நடந்துச்சுன்னா நாங்க மறுபடி இங்க வாழ முடியாது. வேற எங்கியாவதுதான் போகணும். மானக்கேடு. நாங்க உசுர மாய்ச்சுக்கலாம்தான். ஆனா கடவுள் குடுத்த உயிர். மாய்ச்சுக்கக் கூடாது. அது போறப்போ போகட்டும். நாங்க ஊரவிட்டுப் போயிடுவோம்.'

அதற்கு மேல் பேச முடியாமல் அவர் முந்தானையால் முகத்தை மூடிக்கொண்டு கண்ணீர்விட, யாசரின் முகம் துக்கத்தால் இருண்டிருந்தது.

நீ ஏதாவது பேசு என்பதுபோல என்னைப் பார்த்தான். நானும் அப்போது விட்டால் பிறகு பேச முடியாது என்பதால், 'நீங்க எதுக்கும்மா அழணும்? இப்பக் காலம் மாறிப்போச்சு. நாம நம்ப பிள்ளைகளுடைய சந்தோஷத்தைத்தான் பாக்கணும். நாங்க முஸ்லிம்தான். எங்களுக்கு எவ்வளவு மத நம்பிக்கை இருக்கும்னு உங்களுக்கும் தெரியும். நாங்க அதையும் தாண்டி நம்ம பிள்ளையோட சந்தோஷத்தைப் பத்தித்தான் யோசிக்க ணும்னு உங்ககிட்ட வந்திருக்கோம். மனசுக்காகப் பாக்கலாமே? அனிதாவோட அக்காகூடக் காதல் கல்யாணந்தான் பண்ணிக் கிடுச்சாமே? இவங்க கல்யாணத்துக்கு மட்டும் ஏன் ஒத்துக்க மாட்டேன்கறீங்க?' என்றவளை 'அவ ஒரு இந்துப் பையனத் தான் காதலிச்சா' என்று அவசரமாக இடைமறித்தார் அனிதா வின் அம்மா.

இனி எதுவும் பேசுவதற்கு இல்லையெனத் தோன்றியதால் மௌனமாக எழுந்தேன். யாசரும் எழுந்து நின்று மறுபடியும் அவரிடம் கெஞ்ச ஆரம்பித்தான். நான் மட்டும் வரவேற்பறைக்கு வெளியே வந்து நின்று தோட்டத்துத் தென்னைமரங்களை வேடிக்கை பார்க்க ஆரம்பித்தேன். 'என் பொண்ணு டாக்டர் படிப்பை முடிச்சுட்டா. முந்நூறு பவுன் போடுவேன். எல்லாம் செய்றேன். யாசருக்குக் கட்டிக்கோங்க' சில நாட்களுக்கு முன்பு பாளையங்கோட்டை அசிமுல்லா அண்ணன் போனில் கூப்பிட்டுச் சொன்னது ஞாபகத்திற்கு வந்தது.

வீட்டினுள் இறைஞ்சிக்கொண்டிருந்த யாசரின் குரலைக் கேட்கவோ முகத்தைப் பார்க்கவோ எனக்குத் திராணியில்லை. அன்றிரவு ரயில் பயணமும் துன்பமானதாகவும் தூக்கமற்ற தாகவும்தான் இருக்கும் என நினைத்துக்கொண்டேன்.

அக்கா என்னைக் கைப்பேசியில் அழைத்துக்கொண்டிருந் தாள்.

வலி

டாக்டரிடம் போய்விட்டு வீடு திரும்பிய பிறகு இருவரும் கனத்த மௌனத்தில் ஆழ்ந்திருந்தார்கள். அவனிடம் சொல்ல இவளுக்கு வேண்டுமானால் எதுவு மில்லாமல் இருக்கலாம். அவனுக்கும் எப்படி எதுவும் இல்லாமல்போகும் என யோசித்தபடியே இரவு உடைக்கு மாறிக்கொண்டிருந்தாள். இத்தனை காலமும் இவள் மனத்தில் பெரும் சுமையாக அழுத்திக்கொண்டிருந்த கேள்விக்கு இன்றேனும் பதில் கிடைத்ததே போதுமென் றிருந்தது. நல்லதோ கெட்டதோ, பதில் மட்டும்தான் தெரிய வேண்டியிருந்தது. இன்று அது கிடைத்துவிட்ட திருப்தியில் தன் முகமும் மனமும் அமிழ்ந்துபோனதாகக் கற்பித்துக்கொண்டாள்.

இப்படிப்பட்ட பதில் இருவரில் யாருக்கு வேண்டு மானாலும் பொருந்திப்போகலாம் என முன்பே யோசித்து வைத்திருந்தாள். இன்று அது இவளுக்குப் பொருந்தியிருக் கிறது. அவ்வளவுதான். அது குறித்த பெரிய அலட்டலோ ஆர்ப்பாட்டமோ தன்னிடம் எழாததே பெரிய ஆறுத லாக இருந்தது. வாஷ்பேஸின்முன் நின்று சோப்பைக் குழைத்து முகத்தில் பூசிக்கொண்டாள். முகம் மனத்தைக் காட்டிலும் அதிகமாகக் காகிதம்போல வறண்டிருந்தது. முகத்தைத் துடைத்துக்கொண்டு கண்ணாடிக்கு முன் வந்தவளுக்கு அதன்வழியே இவளுக்குப் பின்புறமாகக் கிடந்த கட்டிலும் அதன் மேல் படபடத்துக்கொண்டிருந்த டாக்டரின் ரிப்போர்ட்களும் தெரிந்தன. இவள்தான் அவற்றை வீசியெறிந்திருந்தாள். கண்ணாடியின் வழியே அவற்றை ஒரு வினாடி உற்றுப் பார்த்தாள். அவையே இவள் யாரென்பதை அவனுக்கும் இந்த உலகத்திற்கும் இனி அடையாளம் காட்டக்கூடியவை. இவள் தன்னைப்

பற்றிச் சிறிதும் பெருமிதம் கொள்ள அவை அனுமதிக்கப்போவ தில்லை. கண்ணீர் வருகிறதா என்னும் சந்தேகத்துடன் கண்ணாடியில் தெரிந்த தன் முகத்தை உற்றுக் கவனித்தாள். தானறியாமல் எப்படிக் கண்ணீர் வரும்? சிரிப்பு வந்தது.

அவனைக் காணவில்லை. பாத்ரூமிலிருந்து இன்னும் வராமல் என்ன செய்கிறான் என யோசித்தாள். டாக்டர் மிகத் தெளிவாகவே சொன்னார். இன்னும்கூட அந்த வார்த்தை கள் அவரது குரலோடு மனத்தில் ஓடிக்கொண்டிருந்தன. 'நீங்க ரெண்டு பேரும் படிச்சிருக்கீங்க. இந்த யதார்த்தத்தை அப்படியே ஏத்துக்குவீங்கன்னு நினைக்கிறேன். ஒரு குழந்தை யைத் தத்தெடுப்பது பத்தியும்கூட நீங்க யோசிக்கலாம்.' தன் வார்த்தைகள் மிகவும் கரிசனத்துடன் ஒலித்ததாக அவர் நம்பியதை அவர் முகபாவம் காட்டியது.

இவளுக்கு யாருடைய கரிசனமும் தேவைப்படுவதாகத் தோன்றவில்லை. அப்படிப்பட்ட பலவீனமான நிலைமையில் தானில்லை என நம்ப விரும்பினாள். கோழைதான் பிறர் கரிசனத்தின் கீழ் ஒண்டிக்கொள்ள வேண்டும், தானல்ல என்பதில் உறுதியாகவே இருந்தாள். அவன் பாத்ரூமிலிருந்து வெளியே வந்த சத்தம் கேட்டது. இவள் கண்ணாடியின் வழியே அவனைப் பின்தொடர்ந்து முகத்தை உற்றுக் கவனிக்க முயன்றாள். அவன் முகத்தைத் துண்டால் துடைத்த பிறகு இன்னும் தீவிரமாக அவன் கண்களை மட்டும் கவனிக்க முற்பட்டாள். ஒன்றும் அறிய முடியாதளவுக்கு அவன் அசைவு கள் இருந்துகொண்டிருக்க ஏமாற்றமடைந்தவளாக, 'அழுதீங் களா?' என்றாள். எதற்கு என்பது மாதிரி நிமிர்ந்து இவளைப் பார்த்தவன் அலட்சியமாக 'நான் எதுக்காக அழப்போறேன்?' என்றான். அவன் சொல்லிய விதம் இவளை வருத்தியது. 'அழ வேண்டியவள் நீதான். நானல்ல' என்னும் அர்த்தத்தில் சொன்னானோ எனச் சந்தேகம் உண்டாயிற்று. அவன் முகத்தில் அப்படிக் குதர்க்கமாகச் சொன்னதற்கான எந்தத் தடயமு மில்லாததைக் கண்டு ஆறுதலாக இருந்தது.

அவன் தன்பாட்டுக்கு இரவு உடையை அணிந்துகொண் டிருந்தான். பிறகு படுக்கையில் படுத்துக்கொண்டான். இவள் மட்டும் இன்னும் அவ்வார்த்தைகளிலேயே உழன்றுகொண் டிருந்தாள். இரவு இருவருக்குமே சாப்பிட வேண்டுமெனத் தோன்றவில்லை. அவன் தன்னைப் புறக்கணிக்கிறானோ என்னும் எண்ணம் இரவெல்லாம் இவளைத் தூங்கவிடாமல் செய்துகொண்டிருந்தது. அன்று மாலையிலிருந்தே இருவரும் ஒரு வார்த்தைகூடப் பேசிக்கொள்ளாதது எதன் பொருட்டாக

இருக்கலாம் என யோசித்தாள். இரவு கடும் துன்பம் மிக்கதாக மாறி இவளை இம்சித்தது. கைவிரல்களை நீட்டி எண்ணினாள். எட்டு வருடங்கள். நீண்ட காலம்தான். இந்த விஷயத்தைத் தெரிந்துகொள்ள இத்தனை காலம் அதிகம்தான் எனத் தோன்றி யது. அடுத்து என்ன என்று யோசிக்க முயன்றாள். அப்படி யோசிப்பதே அதிகப்படியானதாகவும் தேவையற்றதாகவும் பட்டது. இனி இதையோ அடுத்த கட்டத்தையோ குறித்து யோசிக்க உரிமையில்லாத நிலைமைக்குத் தான் தள்ளப்பட்டு விட்ட பயம் அலைக்கழித்தது.

இனி அவன் என்ன சொன்னாலும் எந்த முடிவெடுத்தா லும் கட்டுப்படுகிற பலவீனமான, பாதுகாப்பற்ற இடத்திற்குத் தான் வந்து சேர்ந்துவிட்ட எண்ணம் ஊடுருவ, 'நிச்சயமாக அப்படியிருக்காது' எனச் சொல்லிக்கொண்டாள். இந்த நம்பிக்கைதான் எஞ்சிய காலம்வரை கொண்டு செலுத்த வேண்டியிருந்தது. அலுப்பாக உணர்ந்தாள். அருகில் அவன் தூங்கிவிட்டிருந்தான். அவனால் எப்படி அவ்வளவு ஆழ்ந்து தூங்க முடிந்தது என யோசித்தாள். கவலைகொள்ள அவனுக்கு ஒன்றுமில்லை எனத் தெளிவாக மண்டையில் உறைக்கப் புரண்டு படுத்தாள். இரவு முரட்டுச் சங்கிலியாகி இவளைச் சுற்றிப்பிணைத்திருந்தது. முதலில் அந்த இரவிலிருந்து விடுபட வேண்டும், பிறகுதான் மற்றதெல்லாம் என நினைத்துத் தூங்க முயன்றாள். அது ஒன்றும் அத்தனை சுலபமல்ல எனப் புரிந்து மனம் சோர்வுற மறுபடியும் புரண்டு படுத்தாள்.

இனி வரவிருந்த நாட்களை எப்படி எதிர்கொள்வ தென்னும் கவலை தன்னுள் துளிர்விட்டுக்கொண்டிருந்ததை அனுமானித்தாள். அவன் என்ன நினைக்கிறான் என்பது பற்றி அறியும் முயற்சியைத் தனக்குள்ளாக நிகழ்த்திக்கொண் டிருந்தாலும், அது அத்தனை எளிதல்ல. ஆனால் அதே சமயம் அது தான் நினைப்பதைக் காட்டிலும் எளிதானது என இரண்டு விதமான எண்ணங்கள் உருவாயின. அவன் எப்போதும் அழுத்த மானவனாகவே இருந்தது நினைவுக்கு வந்தது. எது பற்றியும் அவனது நிலைப்பாட்டை அவளால் எளிதாக விளங்கிக் கொள்ள முடிந்ததேயில்லை.

வாய்திறந்து அவன் சொல்லும்வரை எதையுமே இவளால் புரிந்துகொள்ள முடியாமல் போயிருக்கிறது. இது பெரிய தோல்வியாகவே இருந்துவந்திருக்கிறது. இத்தனை காலம் சேர்ந்து வாழ்ந்தும் அவனை அறிய முடியாமல் இருந்தது அவனது வெற்றியாக இருந்திருக்கிறது. என்றாலும் இவ்விஷயத் திலும் அவன் தன் வெற்றியைத் தக்கவைத்துக்கொள்ள முடியும் என இவள் நம்பவில்லை.

தொடர்ந்து வந்த நாட்களிலும் அவன் எந்தச் சலனமு மின்றித் தன் வேலைகளைக் கவனித்துக்கொண்டிருந்தான். அவன் செயல்பாடுகளில் எந்த மாற்றத்தையும் கண்டுகொள்ள முடியாமல் தத்தளித்துக்கொண்டிருந்தவள் அவனைத் தொடர்ந்து கவனிப்பதன் வழியேதான் அதை அறிந்துகொள்ள முடியும் என்னும் முடிவோடு கண்காணித்தவாறிருந்தாள்.

இவள் பேரிலான அவனது பிரியங்கள் வழக்கத்தைக் காட்டிலும் கூடுதலாகி இருப்பதாகவோ குறைந்துவிட்டதாகவோ புரிந்துகொள்ள வழியில்லாமல் எல்லாமே நடந்துகொண் டிருந்தன. இதுவே நிச்சயமாகத் தன்னை மகிழ்ச்சிக்குள்ளாக்கி யிருக்க வேண்டிய விஷயம் என்றாலும், தான் ஏன் இதைக் கவனத்தில் கொள்ளவில்லை என நீண்ட நேரம் யோசிப்பாள். அது நல்ல விஷயம்தான் என்னும்போது, 'ஏன் இப்படி இருக்கிறோம்?' என்று தன்னைத்தானே கடிந்துகொண்டாலும் கூட, அவன் பேரிலும் அவன் பிரியத்தின் பேரிலும் தனக்கு நம்பிக்கையே இல்லாமல் இருந்துகொண்டிருந்தது வருத்தத்தில் ஆழ்த்தியது. தான் கோழை எனவும் மனநோயாளியாக மாறுவதற் கான சாத்தியங்களைத் தேடிச் செல்வதாகவும் புதிதாகப் பயம் முளைவிட்டுக்கொண்டிருந்தாலும், அப்படியெல்லாம் இல்லை, இந்த வாழ்க்கைக்கான பாதுகாப்பைத் தேடித்தான் அப்படியெல்லாம் அலைவதாகவும் தன்னையே சமாதானம் செய்துகொண்டாள். சமாதானம் செய்துகொள்ளாவிட்டால் தான் பெரிய துன்பத்திற்கு ஆளாக நேரிடும் என்றும் பயந்தாள்.

பழக்கப்படுத்திக்கொள்வதாலேயே இந்த வாழ்க்கை அமைகிறது என உறுதியாக நம்பினாள். இதுவரை பழகிக் கொண்டிருந்தவற்றோடு இந்த விஷயத்தையும் சேர்த்தே பழக்கப் படுத்திக்கொள்ள வேண்டும். இல்லாவிட்டால் கழிவிரக்கத்தின் கோரமான துயரத்தில் விழுந்து உழன்று பிறகு ஒன்றுமே யில்லாமல் போய்விட வேண்டியிருக்கும் என்ற நிலைமையில் தான் அப்படி ஒன்றுமில்லாமல் போகத் தயாராக இல்லை என எண்ணினாள். தன் இயலாமை தன்னைக் கோழையாக மாற்றிவிடுமோ என்கிற பயம் மேலிட மிகுந்த மனச்சோர்வுக்கும் குழப்பத்துக்கும் ஆட்பட்டாள்.

இவளுக்குத் தலை வலித்தது. அவன் வருவதற்கு இன்று ஏனோ தாமதமாகியிருந்தது. எங்கே போயிருப்பான் என யோசித்தாள். அவனுடைய அம்மாவைப் பார்க்கச் சென்றிருக்க லாம் என நினைத்தாள். அங்குதான் போயிருப்பான். டாக்டரைப் பார்த்தது முதல் அவர் சொன்ன விஷயங்கள் அத்தனையும் அம்மாவிடம் சொல்லி ஆறுதல் பெறச் சென்றிருப்பான்.

அல்லது தன் நண்பர்கள் யாரிடமாவது இது குறித்துச் சொல்லி யோசனை கேட்கப் போயிருக்கலாம். மறுகணமே தோளை உதறி அந்த நினைப்பிலிருந்து விடுபட்டாள். அப்படிப் போனால் தான் தனக்கு என்ன, தான் ஏன் இப்படிக் கவலைகொள் கிறோம் என்றிருந்தது. தன் பயம் குறித்து அவமானமாகவும் இருந்தது. யாரிடம் சொன்னால் என்ன, யார் என்ன செய்ய முடியும்? தனக்கு எந்தத் தடுமாற்றமும் இல்லை என முணு முணுத்துக்கொண்டாள்.

நேற்று முன்தினம் யாரோ ஒரு பெண் அவனைத் தொலை பேசியில் அழைத்துப் பேசியதும் அவன் உடனே கிளம்பிச் சென்றதும் இவளைக் கடுமையான மன உளைச்சலுக்குள்ளாக்கி யிருந்தன. அவன் தன்னிடமிருந்து விலகிப்போவதாகவும் தன்னைப் புறக்கணிக்க முயல்வதாகவும் சந்தேகம் உண்டா யிற்று. இத்தனை காலம் இல்லாமல் இப்போது இந்தச் சந்தேகம் வருவதற்கும் தன் குறைதான் காரணம் எனப் புரிய, மிகப் பலவீனமான இடத்திற்குத் தான் வந்து சேர்ந்துவிட்டதாக நினைத்து நீண்ட நேரம் அழுதுகொண்டிருந்தாள். எது குறித்தும் யோசிப்பதைக் காட்டிலும் அழுவது சுலபமாக இருப்பதால் மாலை தொடங்கி இருள் முழுதாகப் பரவும்வரைக்கும் அழுது தீர்த்தாள்.

இப்போதெல்லாம் அவன் இவளது இறுக்கத்தைக் கவனித்து அதிகப்படியான பிரியத்தைக் காட்ட முயல்கிறான். இவளுக்கு ஏனோ அவனது பிரியத்தின் மீது நம்பிக்கைகொள்வது இயலாத காரியமாக மாறியிருந்தது. அவன் தன்னை ஏமாற்றுவதற்கு அது ஒரு வழியோ என நினைத்தாள். அப்பிரியத்தை முழுமை யாக ஏற்றுக்கொள்வதன் மூலம் அவனது மற்ற எந்த நடவடிக்கையையும் கேள்விக்குட்படுத்தாமலிருப்பாள் என்று அவன் நம்பிக்கைகொள்ள வழியிருப்பதால் அவனுக்கு அந்த நம்பிக்கையைத் தருவதில் இவளுக்கு உடன்பாடில்லை.

நாளாக நாளாகத் தொடர்ந்து இது சார்ந்த மன உளைச்ச லுக்குத் தான் ஆளாகி, அவனைக் கண்காணித்தபடி இருந்ததால் பெரும் துன்பம் அடைந்துகொண்டிருப்பதாகத் தீர்மானித்தாள். அவனது எந்த உறவின் மீதும் செய்கையின் மீதும் கற்பனை யான சித்திரங்களை வரைய இவளால் முடிந்தது. அவன் இவளது சோர்வை வேதனையின் வெளிப்பாடாகக் கண்டு அதிலிருந்து இவளை விடுவிக்கக் கடுமையாக முயன்றதைத் தேர்ந்த நடிப்பென இவளால் அர்த்தப்படுத்திக்கொள்ள முடிந்தது. தன்னை ஏமாற்ற முயலும் அவனை நினைத்துக் கறுவுகிறோமோ எனவும் கவலைகொள்ளத் தொடங்கியிருந்தாள்.

தான் கோழையல்ல என நினைத்தாலும் மிக நிச்சயமாகக் கோழைதான் எனவும் அதனால்தான் அவன் விலகிப்போய் விடுவானோ எனப் பயந்து நடுங்குவதாகவும் நினைத்தாள். தன் மன இயக்கம் தொடர்ந்து முரண்பட்டுக்கொண்டிருந்த தாக இவளுக்குள் திடீரெனச் சந்தேகம் உண்டாயிற்று. இத்தகைய முட்டாள்தனமான, குழப்பமான சிந்தனைகளி லிருந்து கொஞ்சமேனும் விலகியிருக்க விரும்பினாள்.

இப்போது வெளியில் செல்வதையும் தவிர்க்கத் தொடங்கி யிருந்தாள். பிறர் தன்னைக் கவனிப்பதாகவும் அதைத் தவிர்க்கவே இப்படி இருக்கவும் விரும்பினாள். ஏனோ அவன் பேரில் தீவிரமான விரோதத்தை வளர்த்துக்கொள்ளவும் ஆரம்பித் திருந்தாள்.

தெருவின் நடமாட்டங்களைக் கவனிப்பதன் மூலம் மன இறுக்கத்தைத் தளர்த்த முடியுமென நம்பிக்கையோடு ஜன்னல் அருகிலேயே அமர்ந்திருக்க ஆரம்பித்தவளுக்கு இன்றைய தனது மனநிலை இதமாக இருப்பதாக உணர முடிந்த வேளை எதிர்வீட்டுக் குழந்தையின் அழுகுரல் நினைவுகளைக் கலைத்தது. இவள் பார்வைக்கெட்டிய தூரத்தில் குழந்தையை இடுப்பில் வைத்து அதன் தாய் உணவூட்டிக்கொண்டிருந்தாள். அது சாப்பிட முரண்டு பிடித்து அழுதுகொண்டிருந்தது. அப்பெண் வலுக்கட்டாயமாக உணவைக் குழந்தையின் வாய்க்குள் திணிக்க முயன்றாள். அவள் அவ்வீட்டின் மருமகள். அதிகாலையில் வேலைகளை ஆரம்பித்து முடித்துவிட்டுக் குழந்தைக்கு உணவூட்டிக் காப்பகத்தில் விட்டுவிட்டு அலுவலகத்திற்குப் போவாள். மாலையில் வந்து இரவுவரைக்கும் செய்வதற்கு அவளுக்கு நிறைய வேலைகள் இருந்துகொண்டிருக்கும். அடம் பிடிக்கும் குழந்தைக்குக் குறைந்தது அரைமணி நேரமாவது பொறுமையோடு இரவும் உணவு ஊட்டுவாள். இவளுக்கு ஆச்சரியமாக இருக்கும். தனக்கு இந்த அளவு பொறுமை சாத்தியமா என்பதைச் சோதித்து அறியக்கூடத் தனக்கு இனிக் குழந்தை பிறக்கப்போவதில்லை என நினைத்துக்கொள்வாள்.

அவன் நேற்றிரவு குழந்தையொன்றைத் தத்தெடுப்பது குறித்து இவளது விருப்பத்தை அறிய முயல்கையில் அறைக்குள் நிரம்பியிருந்த மௌனம் உடைந்து சிதற நீண்ட நேரம் சிரித்துக் கொண்டிருந்தாள். அவன் பயந்துபோய் இவளையே பார்த்த வாறு அமர்ந்திருந்தான். என் விருப்பம் என்றால் என்ன? கேள்வி முளைத்து விருட்சமாய்ப் படரத் தன் இயலாமையைத் தனக்கு நினைவுறுத்த அவன் செய்த தந்திரமாக ஏன் அது இருக்கக் கூடாது என யோசித்தாள்.

'உனக்கு இன்னும் குழந்தை பிறக்கலை ஞாபகம் வைத்துக் கொள்' முன்பொருமுறை இருவருக்கிடையே நடந்த வாக்கு வாதத்தில் அவன் சொன்ன வார்த்தைகளில் பொதிந்திருந்த மிரட்டல் இன்று இந்தச் சமயத்தில் நினைவில் தட்டுப்பட்டது.

தொடர்ந்து எதிர்வீட்டைக் கவனித்துக்கொண்டிருந்ததும் அலுப்பை ஏற்படுத்தியது. அந்தப் பெண் எந்த நேரமும் ஏதாவது வேலைசெய்துகொண்டிருந்தாள். கணவன், குழந்தை, மாமியார் என யாராவது ஒருவருக்குப் பணிவிடை செய்தே நேரத்தை வீணடித்தாள். 'புகுந்த வீட்டில் மெழுகாய் எரிந்துகொண்டிரு' என அவளுடைய தாய் வீட்டில் சொல்லி அனுப்பியிருப்பார்கள் போல.

இருந்தும் அப்பெண்ணின் மாமியார் தன் மருமகள்மீதான அதிருப்தியைத் தினமும் இவளிடம் வந்து முணுமுணுப்பாள். அது இவளுக்கு எரிச்சலை உண்டு பண்ணும் என்றாலும் அவளது அதிருப்திக்குக் காரணம் இருந்தது. அவளுக்குப் பதினாறு அல்லது பதினேழு வயதில் மனவளர்ச்சியற்ற பெண் பிள்ளை ஒருத்தி இருந்தாள். கைவிரலைச் சூப்பியபடி யிருக்கும் அவளை எந்நேரமும் வெளித்திண்ணையில் பார்க்க லாம். கைக்குழந்தைக்குச் செய்வதுபோல உணவு ஊட்டுவது, உடை மாற்றுவது, குளிக்கவைப்பது, டாய்லெட் போகவைப்பது என அத்தனையையும் மருமகள்தான் செய்தாக வேண்டும். போதாததற்கு மாதா மாதம் வீட்டுக்கு விலக்காவதும் நடக்கும். அந்த நாட்களில் மாமியார்க்காரி படும்பாட்டைப் பார்த்தால் இவளுக்கு அதிகப்படியான வேதனை உண்டாகும். சில சமயங் களில் அப்பெண் உடுத்தியிருக்கும் நைட்டியின் பின்புறம் தொப்பலாக நனைந்திருக்க எந்தச் சலனமுமில்லாமல் அவள் நின்றுகொண்டிருப்பதைக் காணத் தனக்கே கஷ்டமாக இருக்கும் போது பெற்ற தாய்க்கு எப்படியிருக்கும் என நினைத்துக் கொள்வாள். தன் மருமகளிடம் அவள் சதா முணுமுணுப்பது கூட இந்த மன அழுத்தத்தின் விளைவாகத்தானோ என இவள் புரிந்துகொள்வாள்.

நேரம் நான்கை நெருங்கிக்கொண்டிருந்தது. இன்று வேலை நிமித்தமாக அவன் வெளியூர் சென்றிருந்தான். வருவதற்குப் பத்து மணிக்கு மேலாகுமாம். சொல்லிவிட்டுத்தான் போயிருந் தான். இரண்டு நாட்களுக்கு முன் நடந்த விஷயம் இவளுக்கு ஞாபகம் வந்தது. இரவு உணவுக்காக இருவரும் உட்கார்ந்திருந் தார்கள். முதலில் அவனுக்குப் பரிமாறினாள். தொலைக்காட்சி நிகழ்ச்சியொன்றில் சுவாரஸ்யமாக ஆழ்ந்தபடி அவன் சாப்பிட்டுக்கொண்டிருந்ததைக் கவனித்துத் தானும் சாப்பிடத் தொடங்கினாள்.

மங்கலான மஞ்சள் ஒளி அறையில் பரவியிருக்க, வழி தவறிப் பறந்த ஈ ஒன்று தட்டுத் தடுமாறி டேபிளைச் சுற்றித் திரிந்துகொண்டிருந்தது. தண்ணீர்ச் செம்பின் விளிம்பில் ஒரு நொடி அமர்ந்துவிட்டு மறுபடி எழுந்து, ஒரு சுற்றுச் சுற்றிச் சாம்பார் கிண்ணத்தை நெருங்கி அதன் விளிம்பில் அமர எத்தனித்துத் தவறிப்போய்க் கொதிக்கும் சாம்பாருக்குள்ளேயே விழுந்து அதன் சூட்டில் தத்தளித்துப் பின் மிதந்தது. இவள் பார்த்துக்கொண்டிருந்தாள். தொலைக்காட்சியில் லயித்துச் சாம்பாரை எடுத்துத் தன் சாதத்தில் போட்டு அவன் பிசைந்து கொண்டிருந்தான். சாம்பாரில் அந்த ஈயை இப்போது காண வில்லை. அவன் சாப்பிட்டதை இவள் பார்த்துக்கொண்டிருந் தாள். அந்தச் சமயத்தில் இவ்விஷயம் அதிகம் பாதிக்கவில்லை என்றாலும், இப்போது யோசிக்கையில் தன் மனக்கசப்பு எப்படி இவ்வளவு குரூரமாக உருமாற்றம் பெற்றதெனப் பதற்றமடைந்தாள்.

○

நினைவுகளின் சுமை கூடி மனம் ஆயாசம் கொள்கிறது. இந்நிலையிலிருந்து விடுபட நினைத்தவளின் பார்வை மறுபடி எதிர்வீட்டை நோக்கிச் செல்கிறது. வழக்கம்போலத் திண்ணை மீது அந்தப் பெண் தனியே உட்கார்ந்திருக்கிறாள். வீட்டுக் கதவில் பூட்டு தொங்குகிறது. தினமும் இந்நேரத்தில் தன் மருமகள் காலையில் காப்பகத்தில் விட்டுச் செல்லும் குழந்தை யைத் தூக்கிவர மாமியார் செல்வது தெரியும். இவள் அசுவாரஸ்யத்துடன் அந்தப் பெண்ணையே உற்றுப் பார்க்கிறாள். தனக்குத் துணையாக இருக்கும் குரோட்டன்ஸ் செடிகளிடம் அவள் தன் பாட்டுக்கு என்னவோ பேசிக்கொண்டிருக்கிறாள். என்ன சொல்வாளாயிருக்கும் என்னும் கேள்வி இவளைத் துன்புறுத்தத் தெருப் பக்கம் பார்வையைத் திருப்பிக்கொண்டாள். ஆள் நடமாட்டமில்லாத தெரு நிரப்பும் வெறுமை துயரத்தைக் கூட்டுகிறது.

யாரோ ஒருவன் திடீரென இவள் வீட்டுப் பின்புறச் சந்திலிருந்து வெளிப்பட்டு வந்துகொண்டிருக்கிறான். மிகப் புதியவனாக இருக்கிறான். எங்கே செல்வான் என்னும் யோசனையோடு அவனையே கவனிக்கிறாள். எதிர்வீட்டின் முன்னால் நின்று தெருவைச் சுற்றுமுற்றும் பார்த்து ஆள் நடமாட்டம் இல்லாததை ஊர்ஜிதம் செய்துகொண்டு அந்தப் பெண்ணின் அருகே சென்று நெருங்கி அமர்கிறான். அவள் அவனைப் பார்த்து வினோதமாக இளிக்கிறாள். மூடாத வாயிலிருந்து வழியும் எச்சில் அவள் மடியிலேயே சொட்டுகிறது.

அவனது கலைந்த தலையும் முரட்டுத்தனம் மிக்க முகமும் பயம் உண்டாக்குபவையாக உள்ளன. அவன் நோக்கம் தெளிவாகப் புரிந்தாலும் ஏனோ புரியாததொரு பாவனையைத் தனக்குள் உருவாக்கியபடி இவள் பார்த்துக்கொண்டிருக்கிறாள்.

அவன் அந்தப் பெண்ணைப் பார்த்து ஒருவிதமாகச் சிரித்து அவளது திரட்சியான தோளைத் தொட்டுத் தடவுகிறான். அவன் கண்களில் தன் தீண்டலை அனுபவிக்கும் சாயல் மிகுந்திருக்க மேலும் ஆர்வம்கொண்டு தன் கையை மெதுவாக நகர்த்தி அவள் மார்பின் மீது வைத்து அழுத்தி என்னவோ சொல்கிறான். அவன் கண்களில் தெரியும் குரூரம் தன் சுவாரஸ்யத்தைக் கலைக்க நடப்பதன் விபரீதத்தை இப்போது தான் புரிந்துகொண்டவள்போல இவள் தன் வீட்டு ஜன்னல் கதவைப் படீரெனச் சத்தம் வருமாறு விரியத் திறக்கிறாள்.

சத்தம் வந்த திசை நோக்கித் திடுக்கிட்டுத் திரும்பியவனின் கை தன்னிச்சையாய் அவளுடலிலிருந்து விலகித் துவள்கிறது. நொடித் திகைப்புக்குப் பிறகு சாவகாசமாக எழுந்து எதுவுமே நடக்காதது போன்ற பாவனையோடும் அலட்சியத்தோடும் அவன் எங்கோ செல்ல, அவளோ தன் வலது கட்டை விரலைச் சூப்பியபடி இவளைப் பார்த்துச் சிரிக்கிறாள்.

நடந்ததை உடனே அவளுடைய அம்மாவிடம் சொல்லும் தவிப்புடன் அவளது வருகையை எதிர்நோக்கி நீள்கிறது இவள் காத்திருப்பு. இவள் விழிகள் வெயில் காயும் தெருவின் நிசப்தத்தில் அலைபாய்கின்றன.

இடுப்பில் அணைத்த குழந்தையோடு தெருமுனையில் தென்படும் உருவம் பரபரப்பை உண்டாக்குகிறது. சொல்ல விருக்கும் செய்திக்கான வார்த்தைகளைச் சிந்தனையில் கோர்த்த படி தன் வீட்டு ஜன்னல் கம்பிகளுக்கிடையே கை நீட்டி அசைத்து அவளைத் தன்னருகே அழைக்கும் இவள் முகத்தி லிருக்கும் பதற்றத்தைக் கண்டு அருகில் வருகிறவளிடம் நடக்க விருந்ததைச் சொல்லி எச்சரிக்கிறாள். விபரீதம் புரிந்து அழத் தொடங்கும் அந்தத் தாயைத் தேற்ற வார்த்தைகளற்று உறைய, அந்தப் பெண் விலக்காகும் நாட்களில் ரத்தத்தில் தோய்ந்த நைட்டியின் பின்புறமும் அவளது உடலைக் கழுவிச் சுத்தம் செய்கையில் துயரம்கொள்கிற அவளுடைய அம்மாவின் முகமும் சிட்டுக்குருவியின் பறத்தலென இவள் நினைவுக்கு வந்துபோகத் துளித் தயக்கமும் இன்றி 'கர்ப்பப்பையை ஆபரேஷன் பண்ணி எடுத்துட்டா?' தன்னையுமறியாமல் வெளிப்படும் வாக்கியம் பயத்தில் பாதியாய் ஒடிகிறது.

எதிர்பாராத பதிலால் திகைத்து நிற்கும் அத்தாயின் முகம் இவளே ஆச்சரியப்படும்படியாக அந்த யோசனையை ஏற்றுக்கொண்டுவிட்ட பாவனைகொள்வதோடல்லாமல் அதிலுள்ள நியாயத்தை ஆமோதிக்கும் விதமாகத் தலையசைத்த வாறு வீடு திரும்பிய பிறகு இவள் தனித்து உட்கார்ந்திருக் கிறாள். வீட்டினுள் இருள் படிப்படியாக நிறைகிறது. குழந்தை யைத் தத்தெடுப்பது குறித்து நாளைக்குள்ளாக ஒரு முடிவு சொல்லக் கேட்டிருக்கிறான். ஒரு விதமான வெறுமை மனத்தை ஊடுருவுகிறது. எது குறித்தும் முடிவெடுக்க முடியாமல், நிர்ப்பந்தத்தின் வழியே அந்த முடிவை அடைவதுதான் எரிச்ச லூட்டுகிறது. சோர்வின் மிகுதியில் தூங்க விரும்புகிறாள்.

தீவிரமான முயற்சிக்குப் பிறகு தூக்கத்தில் ஆழ்பவளைத் தொலைபேசி ஒலி எழுப்புகிறது. யாராகவிருக்கும் என்னும் யோசனையுடன் தொலைபேசியை எடுக்க, மறுமுனையில் பதற்றமாய் ஆண் குரல் ஒலிக்கிறது. இவளுடைய கணவனும் எதிர்வீட்டு மனநோயாளிப் பெண்ணும் விபத்தொன்றில் சிக்கி ஆபத்தான நிலையில் இருப்பதாகவும் உடனே புறப்பட்டு வருமாறும் சொல்கிறது. இவளுக்குக் கலவரத்தைக் காட்டிலும் குழப்பமே மிஞ்சுகிறது. அவன் ஊருக்குப்போனான், இவள் எப்படி? இருவரும் ஒரே விபத்தில் எவ்வாறு சிக்க முடியும்? அக்குரல் சொன்ன மருத்துவமனையின் பெயரை நினைவு படுத்திக்கொண்டு, துணைக்கு எதிர்வீட்டு மருமகளையும் அழைத்துக்கொள்கிறாள். ஆட்டோவில் மருத்துவமனையை அடையும்போது அங்கே தன் கணவன் நின்றுகொண்டிருப் பதைக் கைநீட்டிக் காட்டியபடி அவனிடத்தில் ஓடுகிறாள் எதிர்வீட்டு மருமகள்.

'நான்தான் ஃபோன் பண்ணுனேன்' எனப் பதற்றத்துடன் கூறும் அவன் இவர்களிருவரையும் அவ்விரு உடல்களும் கிடத்தப்பட்டிருக்கும் இடத்திற்கு அழைத்துப் போய்க் காட்டி அழ ஆரம்பிக்கிறான். பதைபதைக்கும் மனத்தோடு மூச்சுவாங்க இருவரும் அவ்வுடல்களை நெருங்கும்போது . . .

அழைப்பு மணி விடாமல் அடிக்கத் திடுக்கிட்டு உறக்கத்தி லிருந்து விழிக்கிறாள். வெளியிலிருந்து இவள் பெயரைச் சொல்லி அழைக்கும் குரல் கணவனுடையது எனத் தெரிய அதிர்ச்சி யில் நிலைகுலைந்து உறைந்துபோகிறாள். திறக்கப்படாத கதவு படபடத்தபடியிருக்கிறது.

பொறி

தூங்கி நீண்ட நேரத்திற்குப் பின் அறைக்கதவு மெதுவாகத் தட்டப்படுகிறது திடுக்கிட்டு விழிக்கிறேன். யார் என்னும் கேள்வியும் பதற்றமும் சட்டெனப் பற்றிக் கொள்கின்றன. படுக்கையைவிட்டுக் கீழிறங்கத் தயங்கி எழுந்து உட்கார்ந்தே இருக்கிறேன். யாராக இருந்தாலும் தட்டிவிட்டுப் போய்விடமாட்டார்களா என ஏக்கம் படர்கிறது.

கதவு தட்டும் ஓசை படிப்படியாக அதிகரிக்கிறது. வெகுதொலைவிலிருப்பது போன்று பாவித்துக்கொள் கிறேன். நொடிக்கு நொடி தட்டும் வேகம் அதிகரித்துத் தட்டும் கை என்னை நெருங்கி வருவதாக உணர்கிறேன். இருள் நிறைந்த அறையெங்கும் ஓசை பெருகி நிறைந்து கொண்டிருக்கிறது.

திறக்கும் எண்ணம் துளியுமற்ற நிலையில் கதவையே வெறிக்கிறேன். இனியும் திறக்காமலிருக்க இயலாது என்னும் நிலையில் பயம் அழுத்துகிறது. நள்ளிரவில் யாரும் தேவையில்லாமல் கதவைத் தட்டப்போவதில்லை. நாளைய சமையலைப் பற்றியோ வேலைக்காரப் பெண் வராததைப் பற்றியோ சொல்லப்போவதில்லை. கெட்ட செய்தியாக இருக்கக்கூடும். இதே போன்று பல நடு இரவுகளில் சொல்லப்பட்ட செய்திகள் மோசமானவை. சூழ்நிலையையே கெடுத்தவை. இப்போதெல்லாம் கதவு தட்டும் ஓசையே பயங்கொள்ளச் செய்கிறது. கதவு தட்டப் படுவதை எதிர்நோக்கியே இரவுகளைத் தொடர்வது தாங்க இயலாத துன்பமாகவே மாறிவிட்டது.

திடீரென அறையெங்கும் வெளிச்சம் பரவி என் யோசனையைக் கலைக்கிறது.

'சனியனே, கண்ணத் தொறந்து பாத்துக்கிட்டுத்தான் கதவத் தொறக்காம ஒக்கார்ந்திருக்கியா?'

தூக்கம் கலைந்த கோபத்தில் கத்திக்கொண்டே கதவைத் திறக்கச் செல்கிறான். அவனுக்கு வேறெதையும்விடத் தூக்கம் தான் முக்கியம்.

அவன் கதவை நெருங்க எடுத்துவைக்கும் ஒவ்வொரு அடியும் எனக்குள் அதிர்கிறது. கதவுக்குப் பின்னாலிருந்து என்ன செய்தி வரப்போகிறதோ? 'யா அல்லாஹ்!' இதயம் முணுமுணுத்துத் துடிக்கிறது. வேகமாக ஓடிப்போய் அவன் கைகளைப் பிடித்துத் தடுக்க வேண்டும்போலிருக்கிறது.

குழந்தை விழித்துக்கொள்ளப்போகிறதே என்னும் நினைவின்றித் தாழ்ப்பாளை மிகுந்த சத்தத்தோடு இழுத்துத் திறக்கிறான்! யாரோ வெளியில் நின்று அவனிடம் மெலிதாகப் பேசுவது கேட்கிறது. கிசுகிசுப்பாய் ஒலிக்கும் குரல் புரியாமல் கவனித்துக் கேட்க முற்படுகிறேன். பேசுவது யார் எனத் தெரிந்துகொள்ளலாமே என்ற எண்ணத்தில் படுக்கையிலிருந்தே எட்டிப் பார்க்கிறேன். முகத்தைப் பார்த்தாவது செய்தியை அனுமானிக்கலாம் என எண்ணுகிறேன். அவன் உருவம் வெளியில் நிற்பவரை முற்றிலுமாக மறைத்திருக்கிறது. என்ன வென்று கேட்கலாம் எனக் கட்டிலைவிட்டு எழுந்திருக்கிறேன்! எவ்வளவு முயன்றும் உடல் வலுவற்றுச் சாய்கிறது.

படபடப்பு தாங்க இயலாமல் கண்களை மூடிக்கொள் கிறேன். மனத்தில் ஆண்டவனை நினைத்துக்கொள்கிறேன். சற்று நேரத்தில் என்னை வந்தடையப்போகும் அச்செய்தி யாரைப் பற்றியதாக இருக்கும்? என்னை என்ன செய்யக்கூடும்? பாதியில் நிறுத்திவைத்திருக்கும் புத்தகம் நினைவுக்கு வருகிறது. அம்மாவின் ஞாபகம் வருகிறது. நான் எப்படித் தாங்கிக் கொள்வேன்? நிமிடத்தில் ஒவ்வொருவரின் முகமும் தோன்றி மறைகிறது.

அவன் வெளியில் செல்கிறான். ஹாலில் இருக்கும் போனில் பேசுகிறான். யாருடன் எனத் தெரியவில்லை. எனக்கு மூச்சு முட்டுகிறது. சுவாசிக்க மிகவும் சிரமமாக இருக்கிறது. பீதியில் உடம்பெங்கும் கொதிப்பதுபோல் உணர்கிறேன்.

முன்பு வந்த செய்திகள் துக்கத்தைக் காட்டிலும் பயத்தை உறுதிசெய்துவிட்டிருந்தன. நிரந்தரமான பயம். துக்கத்தைவிடப் பயம் வலுவானது. இதோ வரப்போகும் செய்தி எல்லாவற்றையும் முழுக்கப் புரட்டிப்போடலாம். அவன் இப்போது அறைக்குள் வந்து ஹேங்கரில் தொங்கும் சட்டையை எடுத்து மாட்டியபடி வெளியில் போகிறான்.

'என்ன?'

வேகமாகக் கேட்கிறேன். என் குரல் மிக மிகச் சன்னமாக வெளிவருகிறது.

என் பக்கம் திரும்பாமலே, 'ஒண்ணுமில்லை' என்கிறான்.

அறைக்கதவை வெளியில் தாளிட்டுவிட்டுச் செல்கிறான்.

அவனுடைய அலட்சியமிக்க நடத்தை வழக்கம்போல் வெளிப்படுகிறது. அவனுடைய அலட்சியம் எனக்கு அழுகை யையோ கோபத்தையோ தூண்டிவிடும். இப்போது அப்படி யில்லாமல் நிம்மதியாக இருக்கிறது. தெம்பாகக்கூட உணர் கிறேன். செய்தி மோசமென்னும்பட்சத்தில் அலட்சியம் காட்டத் தோன்றாது. சந்தோஷமான செய்தியாகக்கூட இருக்கலாம்.

அம்மனநிலை சில நொடிகள்தான் நீடிக்கிறது. இன்னொரு சந்தேகமும் வருகிறது. அவனுடைய 'ஒண்ணுமில்லை'க்கு அர்த்தம் அக்கறையாகவும் இருக்கலாம். என்னிடம் மறைக்க வேண்டிய செய்தியாக இருந்து அப்படிச் சொன்னானோ? அப்படியென்றால் . . ?

திரும்பவும் பயம் பற்றிக்கொள்கிறது. அழுகை வரும்போல் இருக்கிறது. அவன் முகத்தையேனும் கூர்ந்து கவனித்திருந்தால் குழப்பத்திற்கு இடமின்றிப் போயிருக்கலாம். ஆத்திரத்துடன் என்னை நானே கடிந்துகொள்கிறேன்.

குரலைக் கவனித்திருந்தால்கூட ஓரளவு புரிந்திருக்கும். நினைப்பெல்லாம் அந்தச் செய்தியை அறிந்துகொள்வதில் இல்லை. தவிர்ப்பதில்தான் கவனம் குவிகிறது. தலை வலிக்கிறது. இரண்டு கைகளாலும் தலையை இறுகப் பற்றிக்கொள்கிறேன்.

நேரம் என்னவாயிருக்கும் எனத் தெரியவில்லை. அதைத் தெரிந்துகொண்டுதான் என்ன ஆகப்போகிறது? வெளியே தெருநாய் ஒன்றின் ஊளை குலை நடுங்கச்செய்கிறது. நாய் ஊளையிடுவது துர்ச்சகுனத்திற்கான அறிகுறி என்னும் நினைவு துன்புறுத்துகிறது. நாயின் குரலைக் கேட்டு மேலும் சில நாய்கள் அதனோடு சேர்ந்து பலமாகக் குலைக்கின்றன. ஒவ்வொன்றாய்ச் சேர்ந்து தொடர்ச்சியான ஓலம். இத்தனை நாய்கள் எங்கிருந்து வந்தன எனத் தெரியவில்லை.

அவன் வரும்வரைக்கும் கதவையே பார்த்துக்கொண்டிருக்க வேண்டியதுதான். பார்வை நிலைகொள்ள மறுக்கிறது. 'என்ன? என்ன?' என்னும் கேள்வி மண்டைக்குள் எதிரொலிப்பதுபோல் இருக்கிறது.

இருட்டு எங்கும் மையம் கொண்டிருக்கிறது. திடீரெனப் பாழடைந்த குகைக்குள் இருக்கும் பிரமை. சிலந்தியின் கால்களில் பூச்சியாய், பயம் கவ்வ உடல் துவள்கிறது. வாய் திரும்பத் திரும்ப முணுமுணுக்கிறது 'யா அல்லாஹ், என்னைக் காப்பாற்று.'

இருப்புகொள்ளாப் பதற்றத்துடன் அமர்ந்திருந்ததில் உடல் இறுகி வியர்க்கிறது. அறைக்கதவு திறக்கும் சத்தம் கேட்கிறது. என்னைச் சூழ்ந்த மர்மம் விலகப்போகும் தருணமிது. அவன் சட்டையின் பட்டன்களைக் கழற்றியபடியே உள்ளே வருகிறான்.

கதவைத் தாழிடுகிறான். ஒன்றும் பேசாமல் படுக்கிறான். விபரம் கேட்கலாம் என விளக்கைப் போடுகிறேன். சற்றுமுன் அறைக்குள் நிறைந்திருந்த இருள் நொடியில் காணாமல்போகிறது. கண்மூடித் தூங்க முயன்றவன், 'சனியனே தூக்கத்தைக் கெடுக்காதே, லைட்ட அமத்து.'

கோபமாய்க் கத்துகிறான். பதில் பேசாமல் விளக்கை அணைக்கிறேன். வெளியில் காத்துக்கொண்டிருந்த இருள் அரவமின்றி உள்ளே வருகிறது. தலைக்கு மேல், விட்டத்தில், உடம்பில், முக்கியமாக அவன் முகத்தில் எனப் பரவுகிறது. இருள் மிகவும் வசீகரம். வெளிச்சம் நுழையாத கட்டிலுக்கடியில் சௌகரியமாக உட்கார்ந்து என்னைப் பார்க்கிறது.

கேட்கலாமா வேண்டாமா என்ற யோசனையில் அமர்ந் திருக்கிறேன். பதற்றமும் பீதியும் பற்ற எத்தனை நேரம் இருப்பது? அறிந்துகொள்வதால் ஏற்படும் விளைவுகளை நிச்சயம் எதிர் கொள்ளத்தான் வேண்டும். இப்போது இல்லையெனில் பிறகு. அறிந்துகொள்வதைத் தள்ளிப்போட்டு என்ன செய்யப் போகிறேன்? பதற்றமும் பயமும் கொன்றுவிடும்போலிருந்தன.

'என்ன விஷயம், எங்க போனீங்க?'

வெடுக்கெனத் திரும்புகிறான்.

'ஒண்ணுமில்லைன்னா விடமாட்டியா? ஒனக்குத் தேவை யில்லாததைக் கேட்டு உயிர வாங்காதேடி. இவளால எப்பப்பாரு தொல்லை. சனியன்.'

கத்திவிட்டுச் சுவர்ப்பக்கம் திரும்பிப் படுத்துக்கொள்கிறான். அலட்சியம் உச்சத்தில் இருக்கிறது அவனின் குரலில்.

எங்கிருந்தோ வரும் அமைதி என்னை ஆசுவாசப்படுத்து கிறது. 'அல்லாவே . . .' என்று முணுமுணுக்கிறேன். பதற்றம் துளியுமின்றி நீங்கியதில் படபடப்பு குறைந்திருக்கிறது. போதும். இனிப் பயமின்றி இருக்கலாம். தூங்க முயற்சிக்கலாம். இருப்பினும்

கதவு பூட்டியிருப்பது பயம்கொள்ளச் செய்கிறது. தெரு நாயின் ஊளை இன்னும் நிற்கவில்லை.

கதவு திறந்திருக்கட்டுமே எனத் தோனுகிறது. பயமற்றிருக்கக் கதவு திறந்திருக்க வேண்டுமெனப் படுகிறது. பயம் தொடர்ந்தால் பைத்தியம் பிடித்துவிடுமோ என்றிருக்கிறது.

'என்னங்க...'

அவனை எழுப்புகிறேன். அதற்குள் தூங்கிவிட்டானோ?

'என்ன?'

எரிச்சலுடன் கேட்கிறான். 'கதவு திறந்தே இருக்கட்டுமே' தயக்கத்துடன் இழுக்கிறேன். ஒன்றும் புரியாமல் 'ஏன்?' என்கிறான்.

'சும்மாதான்.'

'நடு ராத்திரியில ஏண்டி உயிர வாங்கிற? யாராவது பார்த்தா காறித் துப்புவாங்க. கதவப் பூட்டிட்டுப் படுக்க மாட்டே?'

கத்திவிட்டுப் படுத்துக்கொள்கிறான். பதில் பேசத் தோன்றாமல் அமர்ந்திருக்கிறேன்.

சாபம்

தூக்கத்திலிருந்து திடுக்கிட்டு எழுந்தவளுக்கு முற்றத்தில் சாயத் தொடங்கியிருந்த வெயில் கண்ணில் பட்டது. நேரம் என்னவாக இருக்கும் என்னும் யோசனை யோடு தலையைப் பக்கவாட்டில் திருப்பிக் காரை பெயர்ந்திருந்த சுவற்றில் மாட்டியிருந்த கடிகாரத்தைப் பார்த்தாள். நேரம் ஆறை நெருங்கிக்கொண்டிருந்தது. இனி எழ வேண்டியதுதான் என நினைத்துக்கொண்டாள். அவளுக்குத் தூக்கத்திலிருந்து எழுவதற்கு மனசே வராது. தூங்கும்போது மட்டும்தான் நினைவுகளையும் காலத்தை யும் ழிமறந்திருக்கவும் காலத்தைக் கடந்துசெல்லவும் முடிவ தால் எந்நேரமும் தூங்கிக்கொண்டிருக்கவே விரும்பினாள். என்றாலும் தூக்கம் வாய்ப்பது வெகு அரிதாகவே நிகழ் வதையும் யோசித்தாள்.

வலுக்கட்டாயமாக எழுந்து உட்கார்ந்தாள். இருட்டத் தொடங்கும் இந்த மஃரிபு நேரத்தில் தூங்கிக்கொண் டிருப்பது சரியல்ல. மலக்குகள் வரும் நேரமும்கூட. அதோடு, இருட்ட ஆரம்பிக்கிற இவ்வேளையில் தான் தூங்குவதை மற்றவர்கள் வேறு மாதிரி புரிந்துகொள்ளும் வாய்ப்பு மிகுதி என்பதால் பிடிவாதமாகக் கட்டிலை விட்டு எழுந்து முற்றத்தை நோக்கி நடந்தாள்.

வெயிலின் தீவிரம் குறைந்து முற்றத்துக் கல்லில் சூடு தணிந்திருந்தது. நடுப்பகல் நேரமென்றால் கல்லில் கால் வைக்கவே முடியாது. கொதித்துக்கொண்டிருக்கும்.

காலையில் போன ரஷிதாவை இன்னும் காணவில்லை என்பது திடீரென நினைவுக்கு வந்தது. எங்கே போனாளோ? யார் வீட்டில் நின்று மோர் கேட்டுக் கையேந்தி நிற்கிறாளோ? நினைக்கும்போதே ஷமீமுக்கு மனம் வேதனையில் வெம்பியது. ஏன்தான் இந்த நஸீபைப் போட்டானோ என இறைவனைக் கடிந்துகொண்டே, முகம் கழுவினால் தூக்கத்தின் சாயல் கலையும் என நினைத்து முற்றத்தில் இருந்த வெங்கல அண்டாவை நெருங்கினாள்.

அண்டாவில் நிரம்பித் தளும்பிக்கொண்டிருந்த தண்ணீர் அழகாகத் தெரிந்தது. குனிந்து நீரை அள்ளப்போனபோது தெரிந்த தன் முகமும் பின்னணியில் அந்தி வானமும் உற்சாக மூட்டின. நீரில் ஆடும் முகம் வேடிக்கையாக இருக்கவே கைவிட்டு அலம்பி மேலும் ஆட வைத்தவள் தனக்கெதற்கு இதெல்லாம் என்னும் விரக்தி மேலிட மனச்சோர்வடைந்தாள். இன்னும் எத்தனை காலத்திற்கு இந்த வாழ்க்கையைச் சுமந்து திரிவது என்னும் கேள்வி பீறிட்டெழத் தன் குடும்பம் சுமந்துகொண்டிருந்த ஏதோவொன்றின் நிழலிலிருந்து விடுபட விரும்பினாள். முகம் கழுவித் தூக்கத்தின் சாயலிலிருந்து தன்னை விடுவித்துக் கொள்வதுபோல இலகுவாகத் தன்னைச் சுற்றிப் படர்ந்திருந்த அதன் அறிகுறியிலிருந்தும் தன் குடும்பத்தாரைப் பீடித்திருந்த நோய்க்கூறிலிருந்தும் மீள விரும்பினாள். எவ்வகையிலாவது அவற்றைக் களைந்துவிட ஏங்கிக்கொண்டிருந்தாள். .

வெயில் இன்னும் முழுவதுமாக மறையவில்லை. இருட்டும் நேரத்தில்தான் கனி கச்சாவும் ரஷிதாக்காவும் அவரவர் திசைகளிலிருந்து வீடு திரும்புவார்கள். இவளுக்குப் புறங் கையில் அரிப்பெடுத்தது. கையைத் திருப்பிப் பார்த்தாள். கயிற்றுக் கட்டிலில் படுத்திருந்ததால் கயிற்றின் தடம் வரிவரி யாகப் பதிந்திருந்தது. அதை இன்னொரு கை விரல்களால் இதமாகத் தடவிவிட்டுக்கொண்டவள். சுவரில் மாட்டியிருந்த ரசம்போன கண்ணாடியில் தூரத்திலிருந்தே முகம் பார்த்தாள். மங்கலாகத்தான் என்றாலும் அதில் தெரிந்த பிம்பம் மிகுந்த திருப்தியைத் தந்தது. 'மாநிறம் என்றாலும் களையான முகம்' எனப் பக்கத்து வீட்டுப் பெண்கள் சொல்வது நினைவில் ஆடியது. காற்றில் ஆடிய நரைமுடி ஒன்று அவளைக் கவலைக் குள்ளாக்கியது. விரல்களால் அதைப் பிடித்து மற்ற முடிகளுடன் இணைத்து உள்ளே நுழைத்தாள். இந்த வைகாசியோடு தனக்கு இருபத்தி ஏழு வயது முடியப்போவதை நினைத்து ஆழ்ந்த பெருமூச்சுவிட்டாள். ஊரில் அனேகமாக அனைவருமே 'இனி என்னத்துக்குக் கல்யாணம்?' என்று திட்டவட்டமாகவே

சொல்லிக்கொண்டிருக்கிறார்கள். இவள் காதுபடவே பேசு கிறார்கள். அது உறுதியாகிவிடுமோ என்கிற பயம் மட்டும் குறையாமல் இருந்து இவளை இம்சித்தபடியிருந்தது. அக்கா ஜீனத்தையும் தன்னையும் பெற்ற கையோடு இறந்துபோய் விட்ட அம்மாவின் ஞாபகம் வந்தது. தாய்ப் பாசத்துக்கான ஏக்கம் நினைவுகளில் படர்ந்து அழுகை வரச் செய்ய, கசிந்த நீரைக் கிழிந்த புடவை முந்தானையால் துடைத்துவிட்டுத் தொழுவதற்காக ஒலு செய்தவளுக்கு ராதாவின் ஞாபகம் வந்தது.

ஒலு செய்த கையோடு தொழுவதற்காக முஸல்லாவை எடுத்து உதறி விரித்து மேற்கு நோக்கி நின்று 'மஃரிபுடைய சுன்னத்' எனச் சொல்லித் தொழ ஆரம்பித்தவளுக்கு எதிரில் கிடந்த மேசையின் மீது சுவற்றில் சாய்த்துவைக்கப்பட்டிருந்த பழைய காலத்துப் புகைப்படம் கண்ணில் பட்டது. கண்களைத் தாழ்த்தி அதைத் தவிர்க்க முயன்றவாறு தொழுகைப் பாடங் களை முணுமுணுத்தாலும் மனத்திற்குள்ளாக அப்புகைப்படம் பற்றிய நினைவுகள் தோன்றி மேலெழுந்ததைத் தவிர்க்க முடியவில்லை. 'உம் இந்தப் படத்தைப் பார்த்தா எம்புட்டு ஞாபகம் வருது தெரியுமா?' காலையில் வீட்டிற்கு வந்திருந்த கூழு வீட்டுக் கிழவி சொன்னது காதில் ஒலித்தது.

'பாரு ஓங்க ராதா ராதியை, துரை கணக்காட்டம். அப்படி யில்லை வாழ்ந்தாக! யா அல்லா' என்று பெருமூச்சுவிட்ட கிழவி 'பாப்பாத்தி வந்தாளே வெனக்கி' என அங்கலாய்த்து விட்டுப் போனது நினைவுக்கு வரத் தன்னையும் மீறித் தன் பார்வை அப்புகைப்படத்தின் மீது பதிந்து ஒட்டிக்கொண்டதை ஷமீம் உணர்ந்தாள். நிஜமாகவே புகைப்படத்தில் அவர்களிரு வரும் மிக அழகாக இருந்தார்கள்.

சில நாட்களுக்கு முன்பாக ஒட்டடை அடிக்க இவள் முயன்றபோது குச்சி பட்டுச் சுவற்றில் மாட்டியிருந்த அது கீழே விழுந்து உடைந்துவிட்டது. புதுக் கண்ணாடி போடுவதற் காக அதை மேஜைமீது வைத்திருந்தாள். படத்தின் ஓரங்களில் கரையான் லேசாக அரிக்கத் தொடங்கியிருந்தது. பத்திரமாக வைக்காவிட்டால் முழுவதுமாகவே கரையான் தின்றுவிடக் கூடும் என நினைத்தவளின் மனத்தில் ஒருவிதமான வெறுப்பு முளைவிட, 'ஆமாமாம் அவசியம் பிரேம் போட்டுப் பாதுகாக்க வேண்டியதுதான்' எனச் சலித்துக்கொண்டாள். ஆனாலும் அப்படத்திலிருந்த ராதியின் கூர்மையான கண்கள் தன்னையே உற்றுப் பார்ப்பதாகக் கற்பனை செய்துகொண்டு தானும் அவளையே கூர்ந்து பார்த்தாள்.

வெள்ளைக் கைலியும் அதே நிற முழுக்கைச் சட்டையும் அணிந்து ஜம்மென்று அமர்ந்திருந்தார் சாயபு. தலையில் கருப்புநிறத் தொப்பி வைத்திருந்தார். சட்டையில் தங்க பட்டன்கள் கோர்த்த செயின் தொங்கி அவரது அந்தஸ்தைப் பறைசாற்றியது. அவராருகே பயந்துபோய் நின்றுகொண்டிருந்த ராதியின் முகத்தில் நிலவிய சாந்தமான அழகு அப்படியே தன் சகோதரி ஜீனத்தை நினைவூட்டியது. இவளுக்குத் தாங்க இயலாத வேதனை உண்டாகத் திடுக்கிட்டுத் தன்நினைவுக்கு வந்தாள்.

தொழும்போது ஏன் இப்படிக் கண்ட நினைவுகள் வந்து அலைக்கழிக்கின்றன என வருத்தமுற்றவள், மனத்தை ஒருநிலைப் படுத்தி மறுபடியும் ஓதத் தொடங்கினாள். வாசல் கதவை யாரோ திறந்த சத்தம் கேட்டது. ரஷிதாதான் உள்ளே வந்து கொண்டிருந்தாள். வந்து இவள் அருகே உட்கார்ந்து தலையை அண்ணாந்து இவளையே பார்க்க ஆரம்பித்தாள். இவள் சற்று வேகமாகவே தொழுகையை முடிக்க விரும்பினாள்.

தலைமுடி கலைந்து காற்றில் பறந்துகொண்டிருக்க, இடது கை விரல்களால் சத்தம் வரப் பரட்பரட்டெனச் சொறிந்து கொண்டே இவளது சேலைத் தலைப்பைப் பிடித்து இழுத்த ரஷிதா கால்களை மடக்கிக் குத்தவைத்து உட்கார்ந்து, ‘இன்னிக்கு ரொம்பத் தெரு போனேன். ஒருத்தி வீட்டுலகூட மோரே இல்லையாம். நாசமாப் போவாளுக’ என்று காற்றில் கைநீட்டி நெட்டி முறித்தாள்.

அவளைப் பார்த்து இவளுக்கு அழுகை வந்தது. தொழுகையை முடித்த கையோடு இவளது சேலைத் தலைப்பை இழுத்து இழுத்து விளையாடிக்கொண்டிருந்தவளின் கையைப் பிடுங்கி எடுத்துவிட்டு எழுந்து போய் அடுப்படியிலிருந்து ஒரு சொம்பில் மோர் கொண்டு வந்து கொடுத்துக் குடிக்கச் சொன்னாள். அவளையே இமைக்காமல் உற்றுப் பார்த்தவளுக்குத் தனக்கும் இப்படித்தான் ஆகுமோ எனப் பயம் மிகுந்தது. என்றாலும் மறுகணமே ‘நிச்சயமாக இருக்காது’ என்று தனக்குள் ளாகச் சொல்லி ஆறுதல் அடைந்தாள்.

திடீரெனத் தான் மணமாகிப் போய்விட்டால் கனி சச்சா வும் இவளும் என்ன ஆவார்கள் என நினைத்துக் கவலைப் பட்டாள். தன் கணவரின் மூலமாக நல்ல டாக்டரிடம் காட்டிக் குணப்படுத்திவிடலாம் என நம்பிக்கை கொண்டவளுக்கு அலுப்பாக இருந்தது. கண்களை இறுக மூடியபடி முஸல்லாவில்

அமர்ந்தவளை இன்னும் எத்தனை காலத்திற்கு இப்படிக் கன்னியாக இருக்க வேண்டுமோ என்னும் பயம் பிடித்தாட்டக் குரானை எடுத்து ஓதத் தொடங்கினாள்.

அவளுக்குள் சாயபுவின் நினைவு மறுபடி தலைதூக்கியது. அவர் எந்நேரமும் தனது தென்னந்தோப்பில்தான் இருப்பாராம். வீட்டு ஞாபகமேயில்லாமல் தான் வைத்த தென்னங் கன்றுகளைப் பராமரிக்கப் பஜ்ரு தொழுத கையோடு போனா ரென்றால் இரவுதான் திரும்புவாராம். அவருக்கான சாப்பாட் டைப் பண்ணையாள்தான் எடுத்துப்போக வேண்டுமாம். ‘அந்த அரைக்காணி நிலத்தைச் சுத்தி வர்றதுல என்னதான் பெருமையோ?’ என ஆயிஷாம்மா எல்லோரிடமும் தன் கணவரைப் பற்றிச் சொல்லிச் சந்தோஷப்பட்டுக்கொள்வாளாம்.

அன்று பலத்த காற்றும் மழையும் பிடித்துக்கொள்ளச் சீக்கிரமே இருட்டப்போவதற்கான அறிகுறி தெரியவே தன் நண்பன் இஸ்மாயிலோடு தோட்டத்தை ஒட்டிய சாலைக்கு வந்து சைக்கிளில் ஊருக்கு வரக் கிளம்பியிருக்கிறார். சாலை யின் எதிர்த்திசை மலையில் இருள் இறங்கியிருக்க, ஊருக்கு எதிர்ப்புறமாகச் சாலையின் மீது யாரோ இருவர் வருவது மங்கலாகத் தெரிந்தது. இவர்கள் இருவரும் நின்று நிதானித்து அவர்கள் அருகில் வரட்டுமெனக் காத்திருந்திருக்கிறார்கள்.

வந்துகொண்டிருந்தவர்கள் ஆணும் பெண்ணும் என்று பளிச்சிட்ட மின்னல் அடையாளம் காட்டியிருக்கிறது. பெண்ணின் இடுப்பில் ஒரு கைக்குழந்தை இருக்க, மூவருமே தொப்பலாக நனைந்துபோயிருந்ததை இவர்கள் கவனித்திருக் கிறார்கள்.

‘பசிக்குது, திங்க ஏதாவது குடுலே’ இவளது புடவைத் தலைப்பைப் பிடித்திழுத்து ரஷிதா சுண்டினாள். ஷமீமிட மிருந்து பெருமூச்சொன்று எழுந்தது. பதில் பேசாமல் எழுந்து சென்றவள் ஒரு பாத்திரத்தில் சோற்றைப் போட்டு அதில் மோரை ஊற்றினாள். உப்பு ஜாடியைத் திறந்து அதிலிருந்து இரண்டு கல் உப்பை எடுத்துப் போட்டுக் கரைத்தாள். ஒரு கரண்டியில் ஊறுகாயைப் போட்டுக்கொண்டு வந்து ரஷிதா வுக்கு அருகில் வைத்தவள், ‘சிந்தாம சாப்புடு. தொழுகுற இடம்’ என்றாள்.

சோற்றைப் பார்த்து எத்தனையோ காலம் ஆனது போன்ற ஆர்வத்துடன் அவள் சாப்பிட ஆரம்பித்தாள். அவள் உட்கார்ந் திருந்த விதமும் சாப்பிட்டதும் ஒரு குழந்தையைப் போலிருந்தது.

மறுபடியும் ஷமீமிடமிருந்து சூடான பெருமூச்சொன்று எழுந்து அதற்கெல்லாம் காரணமான சாயபுவின் மீது கடுமையான ஆத்திரம் பொங்கியது.

அவர்கள் ஏன் அந்நேரத்தில் வந்தார்கள்? மழைக்கு ஒதுங்க இவரிடம் ஏன் அடைக்கலம் கேட்டார்கள்? புதிர்த்தன்மை மிக்க அந்தச் சம்பவத்தைப் பற்றிய கேள்விகள் இவளுக்குள் எழுந்தன. எத்தனையோ ஆண்டுகளுக்குப் பின்பு இந்தக் கேள்விகள் எழுந்த அவசியம் என்னவெனத் தன்னைத்தானே நொந்துகொண்டவளுக்கு சாயபு தன் தோட்டத்துக் குடிசையில் அவர்களைத் தங்கிவிட்டுப் போக அனுமதித்த நோக்கம் அவர் மீது கடும் வெறுப்பை உண்டாக்கியது.

மின்னல் வெளிச்சத்தில் ஒளிர்ந்து மறைந்த நகைகள்தாம் அத்தனைக்கும் காரணம் என முணுமுணுத்தவளின் ஆத்திரம் திடுமென முகமறியாத அந்தப் பெண்ணிடம் திரும்பிற்று. 'ஊரு தாண்டிப் போறவ அம்புட்டு நகை போடப் புடிச்ச கேடென்ன? பாழாப்போன மொட்டை' தனக்குள்ளாகத் திட்டிக்கொண்டாள். மின்னல் ஒளியில் கண்சிமிட்டிய நகைகள் குடிசையின் உள்ளே இருந்த சிம்னி வெளிச்சத்தில் மேலும் பிரகாசம் கொள்ள, அந்தப் பெண்ணின் மீது உறைந்த சாயபு வின் கண்களை இஸ்மாயிலின் துர்ப்புத்தி கண்டுகொண்டிருந் திருக்கிறது.

குழந்தையின் உடையை மாற்றி, அங்கிருந்த கயிற்றுக் கட்டிலில் அதைப் படுக்கவைத்துத் தன் கைகளின் கதகதப்பை அதன் உடலில் செலுத்தி அமர்ந்திருந்தவளுக்கு அவர் விரோதம் புரிய, தனக்குப் பின்னால் 'இதோ வரேன். நீ போ' என்று சொல்லிப் பின்னால் வந்துகொண்டிருந்த கணவன் திடீரெனக் காணாமல்போனது தெரிய, சிம்னியின் ஒளி பரவியிருந்த குடிசைக்குள் அவனைக் காணாத பயத்தைப் படரவிட்டிருக் கிறாள்.

'எங்களை விட்டுடுங்க' எனக் கதறியவளின் வார்த்தைகள் பயத்தில் நனைந்திருக்க அது அவர்களுக்குப் பொருட்டே யில்லாமல் ஆனது. மழையின் அரவணைப்பில் எல்லாமும் நடந்து முடிந்திருக்கின்றன. கடைசியாகத் தன் பிள்ளையை யாவது விட்டுவிடும்படி அவள் எவ்வளவோ போராடித் தோற்றிருக்கிறாள்.

எதிர்பாராத தருணத்தில் இவளது தலைமுடியை ரஷிதா வெடுக்கெனச் சுண்டியிழுத்தாள். 'உஷ்' என முகம் சுளித்தபடி

தன்நினைவுக்குத் திரும்பியவள் அவள் கையைத் தன் முடியிலிருந்து வலுக்கட்டாயமாகப் பிரித்து விலக்கினாள். ரஷிதாவின் செயல் கோபமூட்டுவதற்குப் பதிலாகப் பரிதாபத்தை உண்டாக்க, 'என்ன?' என்றாள்.

'தூக்கம் வருது. தூங்கட்டுமா?' தன் அனுமதிக்குக் காத்திருந்தவளைப் பார்த்து இவளுக்குத் துக்கம் தொண்டையை அடைத்தது.

'சரி. தூங்கு' என்றவளின் மடிமீதே தலைசாய்த்துப் படுத்துக்கொண்டவளைத் தன் வலது கையால் அணைத்துத் தடவிக்கொடுத்துத் தன்னை அவளுடைய தாயாக நினைத்துக்கொண்டாள்.

'எல்லாத்துக்கும் காரணம் அந்தப் பாழாப்போனவனோட சகவாசந்தாங்கறேன்' இஸ்மாயிலை முழுப்பொறுப்பாக்கிக் கரித்துக்கொட்டுவாள் கூழு வீட்டுக் கிழவி. 'அப்புறம் என்ன அந்த மொட்டைக்குக் குடும்பமா குட்டியா? அனாதப் பய. அவன் பாவம் அவன் மட்டுக்குப் போயிடுச்சி. இன்னிக்கு நடுத்தெருவுல அலைஞ்சு திரியறது யாரு? அந்த நாசமாப் போறவனோட சேர்க்கைதானே இம்புட்டுக்கும் காரணம். என்னத்தச் சொல்லி என்னத்தப் பண்ண?' ஆதங்கத்தில் கிழவி இவளிடம் ஒரு பாட்டம் அழுதுதீர்ப்பாள்.

தன் ராதாவின் மீதும் தன் குடும்பத்தின் மீதும் உள்ள விசுவாசமும் பிரியமும் அவளை அவ்வளவு எளிதாகப் பேச வைக்கின்றன என்பது புரிந்து மனத்தின் ஆழத்தில் தன் புகைச்சலை இவள் புதைத்துக்கொள்வாள்.

கனி சச்சா தன் மனைவியைக் கழுத்தை நெரித்துக் கொல்லாமல் இருந்திருந்தால் ரஷிதாவுக்குத் தாய்ப் பாசமாவது கிடைத்திருக்கும். அதற்கும் வழியில்லாதபடி எல்லாப் பொறுப்புகளும் தனக்கே வந்துசேர்ந்திருப்பது எவ்வகையில் நியாயம் என யோசித்தவள், இறைவனிடம் இரு கையேந்தி அக்கேள்வியைக் கேட்டாள். நிச்சயமான பதிலை அவளால் அடைய முடியவில்லை. தனக்கு மிகப் பெரிய மனப்பலத்தையாவது தருமாறு அவரிடம் கையேந்தியவள் ஸீரா ஓதித் தன் நெஞ்சில் ஊதவெனக் குனிந்தாள். ரஷிதாவின் கழுத்தில் மின்னிய தங்கச் சங்கிலியில் பதிந்த பார்வை மிகுந்த மனச் சங்கடத்தையும் துயரத்தையும் அதிகரிக்கச் செய்தது.

ரஷிதாவுக்கு இந்த நகைமீது கொள்ளைப் பிரியம். கழுத்தை விட்டுக் கழற்றவேமாட்டாள். இன்று இது குறித்த ஞாபகமே

இல்லாமல் அவளால் இருக்க முடிந்தது. இதை நினைத்தபோது மனம் விரக்தியால் சலிப்புற்றது. அக்கா ஜீனத்தும் அப்படித் தான். அவளுக்கு நகையென்றால் உயிர். அவளை மணந்து கொள்ள யாருமே முன்வராதபோது இவளிடம் எத்தனையோ நாள் அழுதிருக்கிறாள். தன்னைவிடவும் சிறியவள் என்ற எண்ணமேயில்லாமல் எல்லாமும் சொல்வாள். 'ஏன் ஷமீம், எனக்குக் கல்யாணம் நடக்காமப் போயிடுமோ?' இதைத்தான் அடிக்கடி கேட்பாள். அவளைப் பொறுத்தவரை திருமணம் செய்துகொள்வது என்பதே நிறைய நகைகள் போட்டுத் தன்னை அலங்கரித்துக்கொள்வதற்காகத்தான் என்பதுபோலிருக்கும் இவளுக்கு. 'கல்யாணத்துக்கு எனக்கு நகை பண்ணும்போது இந்த மாதிரி அட்டியல் பண்ணணும். இந்த டிசைன் வளையல் வாங்கணும்.' ஜீனத்துக்கு இப்படித்தான் கனவுகளை வளர்த்துக் கொள்ளத் தெரிந்தது.

இந்த நிலையில்தான் தூரத்து உறவுக்காரப் பையனொரு வனை அவளுக்கு மணமுடிக்க வேண்டியதாயிற்று. அவன் இவர்களைவிடப் பலமடங்கு ஏழ்மை நிலையிலிருந்தான். ஜீனத்துக்கு மனம் ஒப்புக்கொள்ளவேயில்லை என்றாலும் வேறு வழியும் இருந்ததாகத் தெரியவில்லை.

இவளுக்குத் திடீரென ஜீனத் எப்படியெல்லாம் பைத்தியம் பிடித்தலைந்தாள் என நினைவுக்கு வந்தது. கண்கள் கலங்கின. ரஷிதாவைப் போலத்தான். ஒவ்வொரு வீடாகப் போய் மோர் கேட்டலைவாள். பிறகு ஒரு நாள் காணாமலேயே போய் விட்டாள். இவள் ஒரு நாள் பக்கத்து வீட்டுப் பெண் ஒருத்தி யிடம் தயங்கித் தயங்கிக் கேட்டாள்.

'ஏன்க்கா அவ எதுக்காக மோர் கேட்டு அலைஞ்சா?'

'உம் உங்க ராதா கொன்னுபோட்டது பாப்பார வீட்டுப் பொம்பளையில்ல. அவ சாபம்தான் உங்களைச் சுத்தி வருது, குடும்பத்தையே ஆட்டிவைக்கிது' என்றவள் தொடர்ந்து, 'கொன்னதுதான் கொன்னானுக, பச்சைப் பிள்ளையையுமா கொன்னு கிணத்துல போடணும்? ஒரு மோதிரம் கழட்ட முடியலங்கறதுக்காக அந்தக் குழந்தை சுண்டு விரலையில்ல வெட்டிருக்கானுங்க, பாவி மனுஷனுக' எனக் கூறினாள். தீராத ஆதங்கத்தில் புலம்பித் தீர்த்தவள், 'கிணறு கொள்ளாம யில்ல மூணு பொணமும் நிறைஞ்சுகிடந்திச்சாம்' என்றாள். இவளுக்கு வயிற்றில் ஜிவ்வென ஏதோ வெறுமை உருவாயிற்று. கிறுக்குச் சாயபு வீடு என்று அழைக்கப்படும் இவள் குடும்பத்தில்

எல்லோருடைய மனங்களும் ஆறாத துயரத்தில் மூழ்கியிருந்தன. ஜீனத்தின் மனநிலை மாறியதிலிருந்துதான் நிலைமை மோச மாயிற்று. அதற்கு முன்புவரை ஆண்களுக்கு மட்டும்தான் இந்த மாதிரி நடக்கும் என்று நினைத்துக்கொண்டிருந்தவர்கள் கூட அவள் நிலைமையைப் பார்த்த பிறகு பெண்களுக்கும் அதே விதிதானோ என நினைக்கத் தொடங்கியிருந்தார்கள்.

நினைவுகள் உண்டாக்கிய அலுப்பின் சுமை தாளாது எழுந்துகொள்ள விரும்பினாள். மடியின் மீது தலைவைத்துத் தூங்கிவிட்டிருந்த ரஷிதாவின் தலையை மெதுவாக நகர்த்தித் தரையில் படுக்கவைத்துவிட்டு எழுந்து கால்களை உதறிக் கொண்டாள். அறைக்குள் போய் ஒரு தலையணையை எடுத்து வந்து ரஷிதாவின் தலையைத் தூக்கிக் கீழே வைத்தாள். தலையணையின் உறையில் மிக அழகான இரண்டு கிளிகள் கொஞ்சிக்கொண்டிருக்கும் நூல் பின்னலை ஒரு கணம் உற்றுக் கவனித்தாள். ரஷிதாதான் அதைப் பின்னியது என்பது கூடுதல் துக்கத்தை வரவழைத்தது.

ரஷிதா தன்னைவிடத் தைரியசாலியாகவும் யூகக்காரி யாகவும் இருந்தாள் என்பது நினைவுக்கு வந்தது. அவள் பின்னிய வயர்க் கூடைகளும் நூல் பின்னல்களும் கொஞ்சமா என வியந்தவளின் முகத்தில் மெலிதான ஆயாசம் படர்ந்தது. ஜீனத் குறித்த கவலைகளால் இவள் துவண்டுபோயிருந்த அளவு ரஷிதா சோர்ந்துபோகவில்லை. அவள் தனக்கிருந்த மிகச் சிறிய நம்பிக்கைகளையும் சந்தர்ப்பங்களையும் தேடிப்போகக் கூடியவளாக இருந்தாள். இவளும் ரஷிதாவின் மனத் தைரியத் தைப் பின்பற்றிச் செல்லவே விரும்பினாள். இருவரும் தம் பரம்பரையின் மீது படிந்த துயரம் குறித்த கவலைகொண்டவர் களாகவே இருந்தார்கள் என்றாலும் அது தம் வாழ்வின் மீதும் தம் இளமையின் மீதும் அவ்வளவு அடர்த்தியாகப் படியும் என அவர்களால் நம்பவே முடியாமல் இருந்தது.

'ரஷிதாவா, ரொம்ப யூகக்காரியில்ல?' என்று பக்கத்து வீட்டுப் பெண்கள் தந்த நம்பிக்கைகளால் காலம் நகர்ந்து கொண்டிருக்க, மற்றவர்களைக் காட்டிலும் தான் மிகத் தெளிவாகவும் சுயசிந்தனையோடும் இருப்பதாகவும் தன்மீது அந்தத் துயரம் விழப்போவதில்லை எனவும் தன் புத்திசாலித் தனத்தின் முன் எதுவும் தோற்றுப்போய்விடும் எனவும் ரஷிதா உறுதியோடிருந்தாள். அதைத் தனக்கும் பிறருக்கும் நிரூபித்துக் காட்டுவதிலேயே தனது பெரும்பாலான பொழுதுகளைக் கழித்துக்கொண்டிருந்தாள். கைக்குக் கிடைக்கும் பொருட்களை

யெல்லாம் வீட்டுக்குத் தேவையானவையாக மாற்றுவதில் அவளுக்கு நிகர் யாருமில்லை என்றுதான் சொல்ல வேண்டும். எதை எங்கிருந்து கற்றுக்கொண்டாள் என்னும் பெரும் வியப்பு ஊரெங்கும் பரவ ஆரம்பித்திருந்தது. அவள் தன் கைகளில் ஒரு காகிதத்தை எடுத்தாளென்றால் அது ஓவியமாகவோ காகிதப் பெட்டியாகவோ மாறச் சந்தர்ப்பம் இருந்தது.

தான் விற்கும் பால் கணக்கைத் தனது ஞாபகங்களிலேயே புதைத்துவைத்திருந்து, நொடியில் நினைவுபடுத்தி வாங்குபவர் களிடம் அவளால் சொல்ல முடிந்தது. இப்படித்தான் அவள் தன் பரம்பரையின் மீதிருந்த தீவிரத்தை ஓரளவுக்கேனும் களையவைத்திருந்தாள். தன் சாதுரியத்துக்காக இல்லாவிட்டா லும் தன் அழகான தோற்றத்திற்காகவேனும் எங்கிருந்தாவது ஒருவன் வருவான் என்னும் ஆழமான நம்பிக்கையை ஷமீமுக்கும் ஏற்படுத்தியவாறே இருந்தாள். அதை மெய்ப்பிப்பதுபோலப் பக்கத்து ஊரிலிருந்து ஒருத்தன் வந்தபோது ஊரே ஆச்சரியப் பட்டது இவளுக்கு மிக நன்றாகவே ஞாபகத்திலிருக்கிறது.

ஜீனத்தின் நகைகள் அப்படியே இருந்தன என்றாலும் அவற்றை விற்றுவிட்டுப் புது நகைகளை வாங்கினார்கள். ராசிப் பொருத்தம் பார்த்து ஜீனத்தின் நிக்காஹ் நடந்த கிழமையைக் கூட மாற்றி வேறொன்றைத் தேர்ந்தெடுத்தார்கள்.

'நீயும் என்னை மாதிரியே யூகத்தோடையும் தைரியத்தோடை யும் இரு. நல்லதே நடக்கும்' வீட்டைவிட்டுப் போகும் முன்பாக ரஷிதா தன்னிடம் சொல்லிவிட்டுப்போன விஷயம் இன்னும் காதில் எதிரொலிக்கிறது. வெற்றிபெற்ற பெருமிதத்தில் அவள் முகம் மின்னியதும் அது தன்னை எத்தனை பரவசத்திற்குள் ளாக்கியது என்றும் யோசித்தவள் தானும்கூட அவள் வழியி லேயே தன்னை நடத்திச்செல்வதன் மூலம்தான் எல்லா வகை யான கேடுகளிலிருந்தும் இரவு நேரத் தவிப்புகளிலிருந்தும் விடுபட முடியும் என உறுதிகொண்டதும் நினைவுக்கு வந்தன. அவளுக்கு என்ன ஆகுமோ என ஊரே காத்திருக்க, இவள் மட்டும் ஒன்றும் ஆகப்போவதில்லை என்னும் நம்பிக்கையோ டிருந்தாள்.

முன்பொருமுறை இவளிடம் பேசிக்கொண்டிருந்த பக்கத்து வீட்டுப் பெண் சுனைதா ரொம்பவும் தயக்கத்துடனும் அக்கறை யோடும் சொன்னாள் 'உங்க வீட்டுப் பெண்கள் நிக்காவுக்கு முன்வரை நல்லாத்தான் இருக்காங்க. கருகமணி கழுத்துல விழுந்த பிறகுதான் இப்படியாகுது. அதனால உன்னை

யாராவது நிக்கா முடிக்க வந்தாக்கூட மாட்டேன்னு சொல்லிரு. எல்லாம் உன் நல்லதுக்குதான் சொல்றேன்.' அவள் சொன்ன திலும் நூற்றுக்கு நூறு உண்மையிருக்கத்தான் செய்தது. இரண்டு சகோதரிகளுக்கும் அப்படித்தானே நடந்தது? இவள் மனம் சஞ்சலமடைந்தது. இனி எதுவும் தன் கைகளில் இல்லை என்பது உறுதிப்பட, ரஷிதாவிடம் தான் கற்றுத் தேர்ந்த விஷயங்களைத் தூரத் தள்ளினாள். எதுவுமே தன்னைக் காப்பாற்றாது என்னும் அதைரியம் மிகுந்திருக்கத் தனக்கு விமோசனமே இல்லையோ எனக் கவலைகொண்டாள். திருமணம் நடக்குமெனக் கனவிலும் நினைக்க முடியாத சூழ்நிலை நிலவினாலும் சில சமயங்களில் மொத்த நம்பிக்கையை யுமே இழந்துவிடக் கூடாதெனவும் உறுதியுடனிருந்தாள். தன்னிடம் மிச்சமிருந்த அந்த நம்பிக்கையுடனேயே தூங்காத இரவுகளைக் கடக்க எத்தனித்தாள்.

தூக்கம் வருகிற அபூர்வ இரவுகளில் கனவுகள் பூக்கத் தான் செய்தன என்றாலும் தாலி தன் கழுத்தில் ஏறுவது எப்படித் தன் தலைவிதியையே மாற்ற முடியும் என்கிற வினோதம் அவளுக்கு ஏனோ புரிபட மறுத்தது.

கதவை யாரோ படாரெனச் சத்தம் வரத் திறக்கவும் ஷமீம் திடுக்கிட்டு யாரெனத் தலை திருப்பிப் பார்த்தாள். கனி சச்சா உள்ளே வந்துகொண்டிருந்தார். பரட்டைத் தலையும் கசங்கிய உடையுமாகப் பார்ப்பதற்கே மிகுந்த சங்கடத்தை ஊட்டியது அவர் தோற்றம். விடுவிடென நடந்து இவளருகே வந்தவர் ஒரு கணம் இவளையும் தூங்கிக்கொண்டிருந்த ரஷிதாவையும் உற்றுப்பார்த்துவிட்டு, 'சோறு போடுறியா?' என்கிறார். இவளிடமிருந்து பதிலேதும் எதிர்பார்க்காமல் விடுவிடென நடந்து தாழ்வாரத்தின் மூலையில் விரிந்துகிடந்த பாயின் மீது குத்துக்காலிட்டு உட்கார்ந்தார். ரஷிதாவும் இப்படிக் குத்துக்காலிட்டுத்தான் உட்கார்வாள் என்பது நினைவுக்கு வந்துபோக இவள் பார்வையில் ஒரு கணம் பட்டு விலகிய அவரது பின்புறத் தோற்றம் முகம் சுளிக்கச் செய்தது. எங்கேயோ சகதியில் செருப்புக் காலோடு நடந்து விட்டு வந்ததால் பின்புறக் கைலி, சட்டையெங்கும் ஒரே சகதி தெறித்திருந்தது. இவளுக்கு ஆயாசமாக இருந்தது. எப்படி இந்தத் துணிகளைத் துவைக்கப் போகிறோமோ எனக் கலங்கியவள் எழுந்து அடுப்படிக்குப் போய் அவருக்கென ஒரு பீங்கானில் சோற்றைப் போட்டுத் தண்ணீர்விட்டுக் கரைத்தாள். அதை அவருக்கு எடுத்துச்செல்லும் முன்பாகத் தாழ்வாரத்தில் எரிந்துகொண்டிருந்த டியூப்லைட்டை

அணைத்து விட்டு விடிவிளக்கின் சுவிட்சைத் தட்டி எரியச் செய்தாள். அதுவரை பிரகாசமாக இருந்த இடம் திடுமென இருண்டு மிதமான வெளிச்சத்தால் நிரம்ப மறுபடியும் அடுப்படிக்குச் சென்று, பாத்திரத்திலிருந்த கஞ்சியைக் கொண்டு போய் அவருக்கு முன் வைத்தாள்.

'ஏன் லைட்டை அணைச்ச?' அவர் குரல் இயலாமை யோடு ஒலித்தது. 'எப்படி இருட்டுக்குள்ள சாப்புடுறதாம்?' எனக் கேட்டுச் சாப்பிடத் தொடங்கியவரைக் கருணையோடு உற்றுக் கவனித்தாள். கஞ்சி குடிக்கும்போதெல்லாம் 'தண்ணிக் குள்ள விரல் கிடக்குது எடுத்துட்டுக் குடேன்' எனக் கேட்டு அவர் கெஞ்சுவது நினைவுக்கு வரக் குழந்தையின் விரலொன்று வெட்டியெடுக்கப்படும் சித்திரம் இதுவரை தன்னுள்ளே உருவானதேயில்லை என ஆறுதல்கொண்டாள். சாயபுகூடத் தன் கடைசி நாள்களில் கஞ்சிக்குள் விரல் கிடப்பதாக அலறிக் கொண்டேயிருந்தாராம். இவளது உடல் ஏனோ நடுங்கியது. இந்த வேளையில் அவையெல்லாம் நினைவுக்கு வந்து தன்னை ஏன் பீதியூட்ட வேண்டுமென யோசித்தவள் அவற்றிலிருந்து விடுபட முயலும் பாவனையுடன் தோள்களைக் குலுக்கிக் கொண்டாள். இன்றைய இரவும் தான் தூங்கப்போவதில்லை என்பது மட்டும் நிச்சயமாகப் புரிய அயர்ச்சியுடன் தூணில் சாய்ந்து உட்கார்ந்தாள். இனி அந்த இரவு அப்படித்தான் நீளும் என நிச்சயித்தவளாக முற்றத்தில் தெரிந்த வானத்தில் நிலவு பளிச்சிட்டதை இமைக்காமல் பார்த்துக்கொண்டிருந் தாள்.

அன்றைய தினப் பத்திரிகையில் அருகிலிருந்த நகரமொன் றின் கல்லூரிப் பேராசிரியர் ஒருவர் தனக்கு இரண்டாம் மனைவி தேவையெனக் கொடுத்திருந்த விளம்பரம் இவளுடைய உறவினர்களைப் பரபரப்புக்குள்ளாக்க, உடனே இவளை அவருக்கு முடித்துக்கொடுத்துவிடும் ஆர்வத்தில் அவர்கள் வேகமாகக் காரியங்களில் ஈடுபட்டார்கள். இவள் தன் நம்பிக்கை வீண்போகாதது குறித்துத் திருப்தியும் சந்தோஷமும் கொண்டாள்.

மாப்பிள்ளை வீட்டாருக்கு இந்தக் குடும்பத்தின் வரலாறே தெரியக் கூடாதென்னும் உறுதியில் இவர்களே அவர்களைத் தேடிச்சென்று சகலத்தையும் பேசி முடித்தது இவளுக்கு ஏமாற்ற மூட்டியது. ஆனாலும் தன்னால் ஒன்றும் செய்வதற்கில்லை எனப் பேசாமலிருந்தாள். இவள் புகைப்படம் மாப்பிள்ளைக்கு மிகவும் பிடித்துப் போய்விட்டதாக அறிந்து மிக நிம்மதியாக உணர்ந்தாள். அதற்கான வெகுமதியைத் தினமும் இறைவனுக்குச்

செலுத்த விரும்பினாள். முதல் கட்டத்திலிருந்து அடுத்த கட்டத்தை நோக்கி நகரும் ஆர்வம் இவளுக்குள் பொங்கி வழிந்தாலும் கனி சச்சா, ரஷிதா இருவரையும் பற்றிய கவலையும் இருந்துகொண்டிருந்தது. உறவினர்கள் ஆறுதல் சொன்னார்கள்.

'நாங்க இருக்கறோம் இல்ல. முதல்ல உனக்கு ஒரு நல்லது நடக்கட்டும்.'

ரஷிதாவின் நகைகளை விற்றுவிட்டுப் புதியவற்றை வாங்க நினைத்தவர்கள் பிறகு ராசியிருக்காது என்று அந்த எண்ணத்தை மாற்றிக்கொண்டு அதைத் தொடாமல் வைத்துவிட்டு ஆளுக்குக் கொஞ்சம் பணம் வசூலித்துப் புது நகைகளை வாங்கினார்கள். அவளுடைய சீர்ப் பாத்திரங்களையும் தொடாமல் இவளுக்குப் புதிதாக வாங்கினார்கள்.

தனியாக இருக்கும்போது அவர்களது அக்கறையை நினைத்து இவளுக்குச் சிரிப்பு வரும். அது தனக்கு மணமுடித்துவைக்க வேண்டுமென்னும் அக்கறை சார்ந்தது மட்டும்தானாவென அடிக்கடி கேட்டுக்கொண்டாள்.

திருமணமும் மாப்பிள்ளை வீட்டில்தான் என முடிவுசெய்திருந்தார்கள். அவர்களை இங்கு வரவிடுவது இறுதி நேரத்தில் கூடத் திருமணம் தடைபட ஏதுவாகும் என்னும் பயம் எல்லோருக்குமே இருந்தது. அந்த முன்னெச்சரிக்கை இவளுக்கும் நிம்மதியூட்டியது. வேன் ஒன்றில் உறவினர்களோடு இவளும் மாப்பிள்ளையின் ஊருக்கே அழைத்துச் செல்லப்படும் முன்பாக நீண்ட நேரம் மச்சு வீட்டுக்குள் நின்று எதையெதையோ நினைத்து நினைத்து அழுதுகொண்டிருந்தாள்.

காலையில் நிக்கா முடிந்த கையோடு விருந்து சாப்பிட்டதும் திருமண மண்டபத்தைவிட்டுக் கிளம்பிய உறவினர்களின் முகங்கள் சுமந்திருந்த ஆர்வம் ஷமீமுக்கு மிக மிகத் திகிலூட்டியது.

'உன் கழுத்தில் தாலி ஏறாம இருப்பதுதான் நல்லது' பக்கத்து வீட்டுப் பெண்ணின் குரல் மறுபடி காதில் ஒலிக்கத் தன் கழுத்திலிருந்த கறுப்பு மணி கோர்த்த தாலியை நடுங்கிய கைவிரல்களால் எடுத்துப் பார்த்தாள். இந்தப் பொருளுக்கு எப்படித் தன்னை மனநிலை பிறழச் செய்யும் வல்லமை இருக்க முடியும் என்னும் சந்தேகம் தோன்ற அவநம்பிக்கையோடு மெலிதாகச் சிரித்துக்கொண்டாள். ரோஜாப்பூக்களால் கட்டப்பட்ட மாலையின் மணம் அறையெங்கும் கமழ்ந்து

மயக்கமுண்டாக்க, கணவனின் வருகையைப் பதற்றத்துடன் எதிர்நோக்கிக் காத்துக்கொண்டிருந்தாள். மாப்பிள்ளை வீட்டார் தங்களைவிட மிக மிக வசதியானவர்கள் என்பது வீட்டைப் பார்த்தவுடனே தெரிந்து அதுவும் பயத்தை ஏற்படுத்திக் கொண்டிருந்தது. அதிலிருந்து விடுபட எண்ணி அவனுக்கு எத்தனை வயதிருக்கும் என யோசிக்கத் தொடங்கினாள். காலையில் அருகிலிருந்து சடங்குகள் செய்தபோது அவனை லேசாகப் பார்க்க முடிந்ததால் நாற்பத்தி ஐந்து வயதிருக்கும் என யூகித்து அது அப்படி ஒன்றும் அதிகமல்ல எனச் சமாதானம் செய்துகொண்டாள்.

தனக்கு மிக விருப்பமான ரோஜாப்பூவின் நறுமணத்தை ஆழ்ந்து சுவாசித்து அதைத் தனக்குள் ஈர்த்துக்கொண்டாள். கதவு திறக்கப்பட்ட சத்தம் இவளை அம்மயக்கத்திலிருந்து விடுபடச்செய்ய, குனிந்திருந்த தலையை லேசாக நிமிர்த்தி யாரெனப் பார்த்தாள். அவன் உள்ளே வந்தது தெரியப் புதுப்பெண் நாணத்துடன் உட்கார்ந்திருக்க வேண்டுமென்ற கட்டாயத்தை உணர்ந்தவள்போலத் தலையைத் தாழ்த்திக் கொண்டாள். உள்ளே வந்து கதவைத் தாழிட்டவன் தரையில் பாயில் உட்கார்ந்திருந்தவளை எழுப்பிக் கட்டிலில் தன்னருகே அமரவைத்தான். கூச்சமாக இருந்தாலும் சந்தோஷமாக உட்கார்ந்துகொண்டாள். தான் மிக அழகாக அலங்கரிக்கப் பட்டிருந்ததை முன்பே கண்ணாடியில் பார்த்து உறுதிசெய்து கொண்டிருந்ததால் மிகுந்த நம்பிக்கையோடு அவனை எதிர் கொள்ளத் தயாரானாள்.

அவன் மிகவும் சாந்தமான முகத்தைக் கொண்டிருந்தான். நல்ல கறுப்பு நிறம் என்றாலும் முரட்டுத்தனமற்றவனாகத் தெரிந்தான். இவளுக்கு அவனைப் பிடித்திருந்தது. அவனுக்கும் தன்னைப் பிடிக்க வேண்டுமே என்னும் கவலை மனத்துக்குள் தெளிவில்லாதபடி ஓடிக்கொண்டிருந்ததை உணர்ந்தாள். ‘என்ன சாப்பிட்டாச்சா?’ இவளிடம் உரிமையுடன் கேட்டுச் சினேக மாகச் சிரித்தவனது வெண்ணிறப் பற்கள் அவன் வசீகரத்தை அதிகரித்து அவன்மீதான ஈர்ப்பைத் தன்னிடம் கூட்டியதை உணர்ந்து கிளர்ச்சியுற்றாள்.

அவன் தொண்டையை லேசாகச் செருமிக்கொண்டு இவளிடம் பேச எத்தனித்தான். மிகுந்த தயக்கத்துடன் அவன் பேச முயன்றதைக் கவனித்தவள் அதைக் கேட்க ஆயத்த மானாள்.

தன் மனைவி இறந்த பிறகு, நான்கு குழந்தைகளையும் நோயுற்ற தந்தையையும் பராமரிக்கப் பொறுப்பான ஆளில்லா மல் மிகச் சிரமப்பட்டதாகவும் அவர்களையும் தன்னையும் கவனித்துக்கொள்ளத்தான் மறுமணம் செய்துகொண்டதாக வும் சொல்லி நிறுத்தியவன், ‘என்னோட அம்மாவுக்கு ரொம்ப மோசமான குணம். அதனாலதான் யாரும் எனக்குப் பெண் தரத் தயாராயில்லை. வேற வழி தெரியாமத்தான் வசதியில்லை னாலும் பரவாயில்லைன்னு உன்னைக் கட்டிக்க வேண்டியதாப் போச்சு’ என்றான்.

‘இருந்தா என்ன? இப்ப ஒண்ணும் பிரச்சினையில்லை. எல்லாம் நல்லதுக்குத்தான்’ எனச் சொல்லிப் பெருமூச்சு விட்டவன் ‘இனி எல்லாம் உன்னோட பொறுப்பு. என்னோட நிம்மதி இப்பலேருந்து உன் கையில்தான்’ மிகுந்த ஆசுவாசத்துடன் அவன் குரல் ஒலித்தது.

இவள் அனைத்தையும் கேட்டுக்கொண்டிருந்தாலும் வாய் திறந்து பதிலே சொல்லாமல் குனிந்தவாறே சம்மதமென அர்த்தம் தொனிக்கும் வகையில் தலையசைத்து வைத்தாள். அவன் குரலில் மிகுந்திருந்த சுதந்திர உணர்வை இவளால் எளிதில் கணிக்க முடிந்தது. அறை முழுக்க அவன் குரலும் அதிலிருந்து தெறித்த வருத்தமும் நிரம்பிய பிரமைதட்ட இவளுக்குச் சங்கடமாக இருந்தது. சற்றுமுன்வரை இருந்த சகஜம்கூட முற்றிலும் இல்லாமல் போய் இறுக்கம் புகுந்து கொண்ட உணர்வு உண்டாயிற்று. அவன் மன வருத்தத்தைத் தான் என்ன செய்து தீர்க்க வேண்டுமென எதிர்பார்க்கிறான் எனப் புரிந்துகொண்டதால் வந்த தடுமாற்றம் முதன்முதலாக இவளை அலைக்கழிக்க, அதொன்றும் பெரிய விஷயமல்ல என்னும் தெளிவும் எழுந்தது.

‘தாலி கழுத்துல ஏறுகிறவரைக்கும் . . .’ ஏனோ மறுபடியும் அவ்வார்த்தைகள் காதில் ஒலிக்க இன்று காலையிலிருந்தே அது தன்னை விடாமல் துரத்தியதை நினைத்தவள் அது பயமுண்டாக்குவதற்கு மாறாகச் சிரிப்புண்டாக்குவதாக நினைத்துக்கொண்டாள். ஆனாலும் தன்னையறியாமலேயே தன் கை கழுத்தை நோக்கிச் சென்றதையும் கருகமணியை நெருடியதையும் அவளால் தவிர்க்க முடியவில்லை.

அவன் கடிகாரத்தைக் கழற்றி அதிலேயே மணி பார்த்தான். பிறகு இவளருகிலிருந்த சிறிய மேஜையின் மீது அதை வைத்து விட்டுச் சட்டைப் பொத்தான்களை அவிழ்க்கத் தொடங்கினான்.

கூச்சத்தால் தன்னுடலைத் தனக்குள்ளாகவே குறுக்கிக் கொண்டவள் அவ்வளவு நேரமும் தன்னை ஆக்கிரமித்துக் கொண்டிருந்த சகலத்தையும் உதறித் தள்ளிவிட முயன்றாள். எல்லாவற்றிலுமிருந்தும் விடுபட்டுத் தன் முதல் இரவை மிகுந்த ஆர்வத்துடன் அனுபவிக்கத் தயாரானாள். எத்தனையோ வருடங்கள் கனவாக இருந்த, கற்பனையில் நிகழ்த்திப் பார்த்திருந்த உறவை முதன்முறையாக அனுபவிக்கவிருந்த தன்மீது அளவற்ற கழிவிரக்கம் கொண்டாள். முதன்முதலாகக் கிடைக்க விருந்த ஆணின் ஸ்பரிசத்தை எதிர்நோக்கிய தன் ஆர்வத்தை அவன் தெரிந்துகொண்டுவிடக் கூடாதென்பதிலும் எச்சரிக்கையாக இருந்தாள்.

அவன் தொடப்போகும் முதல் கணத்தின் பரவசத்தை நோக்கியே ஓடிக்கொண்டிருந்த தன் கவனத்தையும் சிலிர்த்து அலைந்த உடம்பையும் வெகுபிரயாசையுடன் கட்டுக்குள் கொண்டுவர முயன்றாள். இவள் ஏக்கத்தை அறிந்துகொண்டவன் போல இவளது உடம்பெங்கும் அவன் பரவத் தொடங்கிய வேளை அவ்வளவு காலமாகத் தன்னுள் குவிந்துகிடந்த தாபங்களைக் கரைத்து ஆசுவாசங்கொள்ளத் தொடங்கினாள்.

தீவிரமாக இவள்மீது இயங்கி விலகியபின் நிலவிய கனத்த மௌனத்திலிருந்து விடுபட்டவன் ஏதோ நினைவு வந்தவனாக, 'உனக்கு எத்தனை வயசு?' எனக் கேட்க, ஒன்றும் புரியாமல் விழித்தபடி சொன்னாள் 'இருபத்தியேழு' என்று.

'உனக்குக் கொஞ்சங்கூட கஷ்டமாகவே இல்லையே ஏன்?' என்றவன் பிடிபடாத கவலை குரலில் தொக்கி நிற்க, 'இது முதல் தடவைதானே?' என்றான் .

அதிகாலை தூங்கி எழுந்தவனுக்கு அறைக்குள் ஏதோ மாற்றத்தை உணர முடிந்தது. திடுக்கிட்டு எழுந்து சுற்றுமுற்றும் பார்த்தான். அறையின் மூலையில் தலைவிரிகோலமாக இவள் உட்கார்ந்திருந்ததையும் தரையெங்கும் கழற்றி வீசப்பட்ட வளையல்களும் உதிர்ந்த பூக்களும் சிதறிக்கிடந்ததையும் பார்த்துப் பயந்து நடுங்கிப்போய் 'எல்லாரும் வாங்களேன்' எனக் கூச்சலிட்டான்.

விட்டத்தை நோக்கி வெறித்தபடியிருந்தவளைப் பார்த்த டாக்டர், அளவற்ற சந்தோஷமோ அளவற்ற துக்கமோ பாதித்திருப்பதாகச் சொல்லி மருந்து தந்துவிட்டுப்போக, முதல்நாளிரவு இவள் சந்தோஷமாக இருந்தாளா துக்கமாக இருந்தாளா எனப் புரியாமல் அவன் விழித்துக்கொண்டிருக்க, அவிழ்ந்து கிடந்த கூந்தலைக் கோதியவாறு எழுந்துகொண்டவள் வேகமாய்

நடந்து தெருவுக்குப் போய் எதிர்வீட்டு வாசற்படியில் நின்று, 'அம்மா கொஞ்சம் மோர் இருந்தாக் குடுங்க' என்று கேட்டாள்.

உடம்பெங்கும் இவளுக்கு மிக விருப்பமான ரோஜாப்பூ மணம் வீசிக்கொண்டிருந்தது.

○

1. மஃரிபு – பின் மாலைத் தொழுகை
2. மலக்குகள் – இறைவனின் நல்லடியார்கள்
3. நஸீப் – தலைவிதி
4. சச்சா – சித்தப்பா
5. ஒலு – தொழுகை செய்யுமுன் உடலைச் சுத்திகரித்தல்
6. ராதா – தந்தை வழித் தாத்தா
7. ராதி – தந்தை வழிப் பாட்டி
8. முஸல்லா – தொழுகை செய்கிற துணி விரிப்பு
9. பஜ்ரு – அதிகாலைத் தொழுகை
10. ஸீரா – குரான் வரிகள்

யுத்தம்

தொலைபேசி நீண்ட நேரமாக அடித்துக் கொண்டிருந்தது. எடுத்துப் பேசத் தோன்றாததால் கண்மூடி அமைதியாகப் படுத்திருந்தாள். தலை ரொம்பவும் பாரமாக இருந்தது. அவனே வந்து எடுக்கட்டும் என்ற உறுதியுடன் எழாமல் படுத்திருந்தாள். வானத்தின் அமைதியைத் தன்னுள் சேகரித்த மரம் ஜன்னலுக்கு வெளியே தோட்டத்தில் அசையாமல் நின்றுகொண்டிருந்தது. அது தன் தனிமையைப் பிரதிபலித்ததா வானின் மௌனத் தவத்தோடு போட்டியிட்டதா என்னும் கேள்வி எழ மேலும் தீவிரமாக மரத்தையே கவனிக்க ஆரம்பித்தாள். அதன் நீண்ட கிளைகள் ஜன்னல்வரை வந்து தன்னைத் தொட எத்தனித்ததுபோலக் கற்பனை செய்துகொண்டாள். அதனுடன் சினேகிதம் உருவாகி எவ்வளவு காலமாயிற்று என யோசிக்க முயன்றாள். இவளால் துல்லியமாகக் கணக்கிட முடியவில்லை. அந்தக் கணக்கைக் காட்டிலும் இப்படி ஏன் ஆயிற்று என யோசிக்க விரும்பினாள். மிக நிராதரவான நிலைமையிலிருந்தது போன்ற தனது நம்பிக்கை பொய்யல்ல என்னும் எண்ணத்தை அவன் நடவடிக்கைகள் உறுதிப்படுத்தின. தன்னை எதிரியாக வரித்துக்கொள்கிறவனோடு உறவு நீடிக்கத்தான் வேண்டுமா என்னும் கேள்வி எழ ஆயாசமே மேலிட்டது. தன்னை நோக்கி நீண்ட மரக்கிளையின் மெத்தென்ற இலைக் கூட்டத்தின் மீது முகம் பதிக்க வேண்டும்போலிருந்தது. அறைக்குள் மெலிதாகப் பதிந்த காலடிச் சுவடின் ஓசை அவன் வருகையை உணர்த்தக் கண்களை மூடிக்கொண்டாள். தொலைபேசி ரிஸீவரை எடுத்து அவன் பேசியது காதில் விழ என்னவெனக் கவனிக்க ஆரம்பித்தாள்.

‘ஆமா ... நான்தான். மறந்தேபோயிட்டேன் ... இதோ கிளம்பறேன் ... இவளுக்கு உடம்பு சரியில்லையே ... சரி கூட்டி வர்றேன். நீ இங்கே வா.’ துண்டு துண்டாக உடைந்து விழுந்த வார்த்தைகளைக் கோத்துப் புரிந்துகொள்ள முயன்றாள். ரிஸீவரைத் திரும்ப வைத்த ஓசையோடு அவன் அங்கிருந்து விலகிய சத்தமும் சேர்ந்தே காதில் விழுந்தது. கண்களைத் திறந்து அவ்வளவு நேரமாக ஒடுங்கிக்கிடந்த இருளிலிருந்து வெளிவந்தாள்.

தலைவலியால் உயிர்போவதுபோல் இருந்தது. தலையைத் தூக்கி எழ முயன்று இயலாமல் படுத்துக்கொண்டாள். எவ்வளவு நேரமாக அழுதுகொண்டிருந்திருப்போம் என யோசித்தவள் இமையில் வீக்கம் குறைந்திருக்கிறதாவெனத் தடவிப் பார்த்து உறுதிப்படுத்திக்கொண்டாள். அவனால் தன்னை அந்தளவுக்கு எப்படி ரணப்படுத்த முடிந்தது என ஆச்சரியப்பட்டாள். தன்னால் அவனை அப்படி அவமதிக்க முடியுமா என யோசித்து இயலாது என்பதை உணர்ந்து சிரித்துக்கொண்டாள். விரக்தி பொதிந்த புன்சிரிப்பு. ‘ஒருவேளை அப்படிப்பட்ட சந்தர்ப்பம் வாய்த்தால் ..?’ கேள்வி துரிதமாய் எழ நிச்சயம் அதைப் பயன்படுத்திக்கொள்ள வேண்டும் எனச் சமாதானம் செய்துகொண்டாள். மறுபடியும் கண்களை மூடி இருளின் கருமைக்குள் தன்னை ஒளித்துக்கொண்டாள். வெளிச்சத்தைவிட இருள்தான் தாயின் மடிபோல எவ்வளவு பாதுகாப்பானது என வியந்தாள்.

மறுபடியும் அவன் காலடி ஓசை. இம்முறை இவளை நெருங்கி வந்தது. இவளது தூக்க பாவனை அவனுக்குத் தெரிந்தேதான் இருக்கும்போல. லேசாகத் தொண்டையைச் செருமி, செய்தி சொன்னான். பாதி மூடிய கண்களூடாகச் சுவற்றுக்கு முகம் கொடுத்திருந்த அவனது பக்கவாட்டுத் தோற்றம் தெரிந்தது. வெற்றிடத்தில் அலைந்த பார்வையோடு பேச ஆரம்பித்தான்.

‘இப்ப உடனே ஒரு பிறந்தநாள் விழாவுக்குப் போகணும். கிளம்பு. அவன் குரல் அச்சுறுத்தியது. பதிலை எதிர்பார்க்காத அதன் அலட்சியம் விரிய வெளியில் போனான். அக்குரலும் வார்த்தைகளும் அறையின் வெளியெங்கிலும் சுற்றியலைந்து சுவர்களில் மோதி அவள்மீது வந்து படிந்துகொண்டிருந்தன. பேசவே தெரியாதவனாக எத்தனை சிக்கனமான வார்த்தைகள். ஊசிமுனையெனத் தன்னைக் குத்திக் கிழிக்கும் எத்தனைவிதமான வார்த்தைகள் அவனுக்குத் தெரியும். இவளது ஒவ்வொரு உணர்வையும் நம்பிக்கையையும் சந்தோஷத்தையும் தகர்க்க அவனால் உருவாக்க முடிந்த வார்த்தைகளின் தழும்புகள் தன் மனமெங்கும் நிறைந்திருந்ததை உணர்ந்தாள்.

சலிப்பு ஊறிய நினைவுகளைத் தன்னிடமிருந்து உதறியெறிய விரும்பிப் புரண்டு படுத்தாள். எதிரிலிருந்த இளம் பச்சைநிறச் சுவரில் மாட்டியிருந்த ஓவியம் கண்ணில் பட ஒரு கணம் உற்றுப் பார்த்தாள். தன் ஆழ்மனத் தேடல் நுட்பமான வெளிப்பாடாக முடிந்த திருப்தியில் மனம் நிரம்பியிருக்கத் தன்மீதே ஈர்ப்பு உருவாகிப் பெருமைப்பட்டாள்.

'அருமையான சாப்பாடு. நீ கொடுத்து வைத்தவன்.' சாப்பிட்டுக் கைகழுவித் துண்டில் கை துடைத்தபடி சொன்ன நண்பனின் பாராட்டை ஏற்றுக்கொண்ட பாவனையில் இவள் முகத்தைப் பார்த்துத் தன் கர்வத்தை வெளிப்படுத்தினான். பதில் சொல்ல விரும்பாத வெறுமை இவளைச் சுற்றித் தழுவ மௌனமாய் அப்பாராட்டை எதிர்கொண்டாள்.

தற்செயலாய்த் தன் கண்களில் பட்ட இதே ஓவியம் நண்பனை வியப்படையச் செய்ய மறுபடியும் சொன்னான். 'உங்க சமூகத்துப் பெண்கள்ல ஓவியம் வரையக்கூடத் தெரியும்னா சந்தேகமேயில்லாம நீ அதிர்ஷ்டசாலிதான்.' நண்பன் விடை பெற்றுப் போகும் தருணத்திற்காக ஆர்வமாய்க் காத்திருந்து விட்டுச் சொன்னான் 'இப்ப உன் . . . ரொம்பியிருக்குமே.' வெறுப்பால் கடுமையுற்ற அவ்வார்த்தைகளில் இவளது பெருமிதத்தை அடித்து நொறுக்கும் உத்வேகம் தெறித்தது.

யாருக்காகவும் காத்திராமல் தனக்குத்தானே நம்பிக்கையூட்டிக்கொள்ளும் நிராதரவான நிலைமையிலிருக்கும் தன்மீது பாய்ந்து கடித்துக் குதறுகிற அனேக வார்த்தைகள். 'பூவெல்லாம் வச்சிருக்க மாதிரி இருக்கே, எவன் பார்க்கறதுக்கு?' இவள் கண்களை மூடி நினைவுகளைத் தூசுதட்டி அவற்றைப் பொறுக்கி எடுத்தாள். எல்லாமே பழகிப்போனவை. இவற்றில் எது புதிது? முன்பெல்லாம் தன்னைக் குத்திக் கிழித்து உடம்பெங்கும் ஊடுருவித் துவம்சம் செய்துகொண்டிருந்த இதே வார்த்தைகள் இப்போதெல்லாம் தன்னைப் போலவே தம் அடையாளத்தையும் வேகத்தையும் தொலைத்துவிட்டுத் தோலின் மீது மட்டும் லேசாய் உராய்ந்து வழுக்கிச் சரிந்து காற்றில் நழுவிச் செல்வதைக் கணிக்க முடிந்தவளுக்கு அதை ஜீரணிக்கவியலாமல் போகிறது. உடலைக் குலுக்கிக்கொண்டாள். இவையெல்லாம் ஏன் இப்படிக் கூடவேயிருந்து இம்சிக்கின்றன? பழைய துணிகளைப் போல மூட்டையாகக் கட்டி இவற்றைத் தூக்கி எறிய முடியாதா? இவளுக்கு ஏக்கமாக இருந்தது.

'என்ன கிளம்பலையா?' அவன் குரல் அறைக்கு வெளியிலிருந்து உத்தரவிட்டது. வெறும் குரலாக மட்டுமே நினைவிலிருக்கும் உறவை நீட்டிப்பதில் விருப்பமில்லாதபோதும் ஏன் அதைத் தாண்டிப்போகும் வழி தெரியாமல் போயிற்று.

'இனி என்ன ஆனாலும் அதுதான் உன் வாழ்க்கை' அம்மாவின் குரல் உறுதியாக இருந்தது. தனக்கு ஆதரவாய் ஒரு வார்த்தையேனும் வரக்கூடுமென்ற வெற்று நம்பிக்கையில் இவள் இறைஞ்சினாள் 'செத்துப்போய்டுவேன்.'

'செத்துப்போறதுல எந்த அவமானமுமில்லேம்மா' அதற்கும் மேலே பேச இருவருக்குமே ஒன்றுமில்லாமல் ஆயிற்று. இந்தப் பிரபஞ்சத்தில் தான் செல்ல ஓரிடம் இல்லாத அனாதையாகிப் போயிருந்த நிதர்சனம் தெளிவாகப் புரிந்தது.

தொடர்ந்து ஒலித்த அழைப்பு மணியோசை வலுக்கட்டாய மாக இவளை எழச்செய்தது. அவனைக் காணவில்லை. குளிக்கலாமென நினைத்தவள் நிதானமாக நடந்து கதவைத் திறந்தாள். அவனுடைய சினேகிதன்தான் நின்றுகொண்டிருந் தான். இவள் சிரித்தபடி வழிவிட்டு ஒதுங்கி நின்றாள். சற்று முன் தொலைபேசியில் கூப்பிட்டது இந்த நண்பன்தானென் பதை யூகித்து உறுதிப்படுத்திக்கொண்டவள், அவன் உள்ளே வந்ததும் மறுபடியும் கதவைத் தாழிட்டுவிட்டு உள்ளே வந்தாள்.

'என்ன இந்நேரத்துல தூக்கமா?' வியப்பாகக் கேட்டவன் சாவகாசமாக சோபாவில் அமர்ந்தான். நண்பனின் கண்கள் இவனைத் தேடி வீட்டின் உள்ளறைகளுக்குள் அலைந்து கொண்டிருக்க, வேகமாகத் தலையசைத்து மறுத்தாள், 'சும்மா தலைவலி.' சொல்லிவிட்டு இயல்பாகச் சிரிப்பதுபோலச் சிரிக்க முயன்றவள் கூடவே 'அவர் குளிக்கிறார்போலத் தெரியுது' என்று அவசரமாகச் சமையலறைக்குள் நுழைந்துகொண்டாள். தன் முகத்தில் அழுததற்கான தடயம் ஒட்டியிருந்ததைக் கண்டு கொண்டிருப்பானோ என்று தன்னைத்தானே கேட்டுக் கொண்டாள்.

அப்படியேயிருந்தாலும் தான் என்ன செய்ய முடியும் என நினைத்து அதை அலட்சியப்படுத்தி முகத்திலிருந்த ஒட்டு மொத்தச் சோர்வையும் தேய்த்துக் கழுவிவிட விரும்பிச் சமையலறை ஸிங்க்கில் குனிந்து குழாயைத் திறந்து இரண்டு கைகளையும் குவித்துத் தண்ணீரைப் பிடித்து முகத்தில் அடித்துக் கொண்டாள். நீரின் குளிர்ச்சி மனத்தில் பெரும் அமைதியை யும் எல்லாவிதமான துயரங்களிலிருந்தும் விடுபட்டுவிடலாம் என்னும் நம்பிக்கையையும் தந்ததை உணர்ந்து திருப்தியுற்றாள்.

மூவரும் காரில் அந்த ஹோட்டலை அடைந்தபோது நகரத்தின் மீது இரவு முழுமையாகக் கவிந்திருந்தது. பிரம்மாண்டமான ஹோட்டலின் விருந்து நடக்கக்கூடிய பகுதியை நோக்கிக் கார் சென்றது. முன்சீட்டில் அவனருகே

உட்கார்ந்துகொண்டிருந்தவளுக்கு அவ்வளவு நேரமாகத் தாங்கள் யாருமே ஒருவரோடு ஒருவர் பேசிக்கொள்ளவே முயலாதது நினைவுக்கு வந்து வருத்தத்தைத் தந்தது. தங்கள் இருவருக் கிடையிலான கசப்பு நண்பனுக்குச் சங்கடமூட்டுவதாக மாறி விட்டது குறித்த நியாயமின்மையைப் பற்றி யோசித்துக்கொண் டிருந்தவளை 'உம் இறங்கலாம்' என்னும் குரல் கலைக்கக் காரின் கதவைத் திறந்து கீழே இறங்கினாள்.

எதிரிலிருந்த கண்ணாடிச் சுவர் கொண்ட ஹாலில் நிரம்பி யிருந்த கூட்டத்தினூடே அவனுடைய நண்பன் நடமாடிக் கொண்டிருந்ததை வெளியிலிருந்தே பார்க்க முடிந்தது. இவர்கள் மூவருமாகச் சேர்ந்தே கதவு நோக்கிப் போக, உள்ளிருந்தே இவர்களைக் கண்டுகொண்ட அவன் வரவேற்பதற்காக வேகமாக வெளியே வந்து மெல்லிய புன்சிரிப்புடன் 'ஏன் லேட்டாச்சு?' என்று இவர்களை உள்ளே அழைத்துச் சென்றான். தாமதத்திற்கு வருத்தம் தெரிவித்த அவன் வரவேற்றவனுக்குப் பின்னால் சென்றுகொண்டிருந்தான். இவர்களுக்கான இடம் ஒன்றைத் தேடி மூவரையும் அங்கு உட்காரவைத்தவன் 'இதோ வந்துடறேன்' என்று அனுமதி பெறும் பாவனையில் சொல்லி விட்டு யாரையோ தேடிச் சென்றான்.

வட்டமான மேசையைச் சுற்றியிருந்த நாற்காலிகளில் அமர்ந்திருந்தாலும், யாரும் பேசிக்கொள்ளாதது இவளைத் துன்புறுத்தியது. ஆனாலும் அந்த மௌனத்திலிருந்து விடுபட விரும்பாமல் பார்வையை வேறு இடங்களை நோக்கித் திருப்பி அங்கிருந்தவர்களைக் கவனிக்க ஆரம்பித்தாள். இவர்களை உட்காரச் செய்துவிட்டுச் சென்ற நண்பன் மறுபடி திரும்பி வந்து இவளிடம் 'ஒரு நிமிசம்' என அனுமதி கேட்கும் விதத்தில் சொல்லிவிட்டு அவர்களிருவரையும் தன்னோடு அழைத்துச் சென்றான்.

அவர்கள் போனது தனக்கு மிகப் பெரிய நிம்மதியைத் தந்ததை உணர்ந்தாள். ஒரு சங்கடமுமில்லாமல் சுற்றிலுமிருந்த வற்றைக் கவனிக்கலாமென்னும் திருப்தி உண்டாக எத்தனை பேர் வந்திருக்கலாம் எனக் கணக்கிட முயன்றாள். சின்ன ஹால்தான். மொத்தத்தில் முப்பதிலிருந்து முப்பத்தைந்து பேருக்குள்தான் இருந்திருப்பார்கள். பெண்களின் எண்ணிக்கை ரொம்பவும் குறைவுதான். விதவிதமான உடைகளும் தோரணை களும் நாகரிகங்களும் பிணைந்த தோற்றம் கொண்ட மனிதர்கள். தான் மட்டும் அங்கே தனித்துவிடப்பட்டதுபோல உணர்ந்து சோர்வடைந்தாள். தான் யார், எதன் பொருட்டு இங்கிருக் கிறோம் என்னும் கேள்விகள் மனசோரம் உருவாகி விஸ்வரூபம் கொண்டன. குளிரூட்டப்பட்டிருந்த அந்த ஹால் தன் தலை

வலியை மேலும் அதிகப்படுத்திவிட்டதாக உணர்ந்து கைப் பையைத் திறந்து மாத்திரை தேடி எடுத்தாள். மேசையின் மீதிருந்த தண்ணீரின் குளுமையைப் பொருட்படுத்தாமல் மாத்திரையை விழுங்கினாள். இன்னும் சற்று நேரத்தில் தலைவலியின் கடுமையான பிடியிலிருந்து முழுவதுமாக விடுபடப்போவதை மிக ஆர்வத்துடன் எதிர்கொள்ளத் தயாரானாள். பிரம்மாண்டமான சரவிளக்கிலிருந்து கொட்டிக் கொண்டிருந்த ஒளியின் பிடியில் அங்கிருந்த அனைவரும் சிக்கிக்கொண்டிருப்பதான கற்பனை தோன்றியது. எதிரிலிருந்த சுவற்றில் மாட்டப்பட்டிருந்த பெரிய ஓவியத்தில் கோபியர்களின் பிடியிலிருந்து ஓடி ஒளிந்து விளையாடும் கண்ணன் தெரிந்தான். அதிலிருந்து வழிந்த அழகும் நேர்த்தியும் அந்தச் சூழலிலிருந்து பிரிந்து கிளர்ச்சியூட்டத் தீவிரமாக அதைக் கவனித்தாள். அவர்கள் ஏன் இன்னும் திரும்பவில்லை என்னும் கேள்வி எழச் சுற்றும்முற்றும் தலை திருப்பித் தேடினாள்.

பக்கவாட்டிலிருந்த பெரிய கண்ணாடித் தூணில் தெரிந்த தன் உருவத்தின் மீது தற்செயலாகப் பதிந்த தன் பார்வையை விலக்கிக்கொள்ள விரும்பாமல் அதை உற்றுப்பார்த்தாள். மனத்தில் குவிந்துகிடந்த கவலைகளையும் மீறி வசீகரம் மிக்கதாக தோன்றிய முகம் இவளுக்கே வியப்பாயிருந்தது. அவ்வளவு விரக்தியிலும் தன்முகம் வசீகரத்தை இழக்காமல் இருந்தது எப்படி எனத் தனக்குள்ளாகவே கேட்டுக்கொண்டாள். கண்ணாடியில் தெரிந்த தன் பிம்பத்திலிருந்து பார்வையை விலக்கிக்கொள்ள இயலாமல் தயங்கிப் பிறகு வலுக்கட்டாய மாக வேறுதிசையில் பார்த்தாள். தான் கவனிக்கப்படுகிறோம் என்பதைத் திடீரென உள்ளுணர்வு உணர்த்தி உறுதிப்படுத்தத் தலைகுனிந்து பார்வையைத் தரையிலிருந்த சிவப்புநிற விரிப்பில் கொட்டிக்கிடந்த பூக்களின் மீது பதித்தாள். கைவிரல்களில் பூசியிருந்த நெயில் பாலிஷை உற்றுநோக்குவதாகப் பாவனை செய்தாள்.

அங்கிருந்தவர்கள் எதன் பொருட்டுத் தன்னைக் கவனிக் கிறார்கள் என்பது புரியாமலும் அது தன் கற்பனையோ எனவும் குழம்பியவள் மேசைமீதிருந்த கண்ணாடித் தம்ளரை விரல்களால் பற்றி மெதுவாக நகர்த்தியபடியே தன் கூச்சத்தை அதனுள் செலுத்தி மறைக்க விரும்பினாள். தம்ளரிலிருந்த நீரில் தன் தனிமைக்கான அர்த்தமொன்றைத் தேடிக் கண்டடைய முயன்றாள்.

கிசுகிசுப்பான குரல்களால் சலனமுற்றிருந்த, அவ்விடத் தோடு ஒன்ற இயலாமலும் வெளியேறிவிட வழியில்லாமலும் சிக்கிக்கொண்டுவிட்ட எண்ணத்தில் மூழ்கி அவள் சோர்வுறத்

தொடங்கியபோது, யாரோ நான்கு இளைஞர்கள் அவளருகே வந்து மேசையைச் சுற்றி நின்று 'ஹலோ' என்றார்கள். இவள் தலைநிமிர்ந்து அவர்களை உற்றுப்பார்த்தாள். மிக நாகரிகமாக உடை உடுத்தியிருந்தார்கள். இவளோடு பேச மிகவும் விருப்பத் துடனிருந்தார்கள் என்பதை யூகித்தவள், 'என்ன வேண்டும்?' என்பதுபோலப் பார்த்தாள். ஒருவன் இவளருகில் கிடந்த ஆளில்லாத நாற்காலியைக் காட்டி 'இங்கே யாராவது வருகிறார் களா?' எனக் கேட்டு இவள் பதிலுக்காகக் காத்திருந்தான்.

பதில் சொல்லாமலிருப்பது ஏனோ இவளுக்குச் சரியாகப் படாததால் லேசாகச் சிரித்து 'ஆம்' என்று ஒற்றை வார்த்தை யில் பதில் சொன்னாள். அந்தப் பதிலால் திருப்தியுற்றவர்கள் போலக் காட்டிக்கொண்டு இவளைக் கடந்து சென்றவர்கள் வெகு அருகில் நின்று பேசத் தொடங்கினார்கள். அவர்களது கவனம் முழுக்கத் தன்மீதிருந்ததை யூகித்தாள். தன்னை வருடிய அப்பார்வைகளால் உண்டான சங்கடத்தைத் தவிர்க்கும் பொருட்டுத் தன் பார்வையை வேறுபக்கம் செலுத்தினாள். அவர்கள் ஏன் இன்னும் வரவில்லை என யோசித்தவள் தான் சகஜமாக இருப்பதாகக் காட்டிக்கொள்ளும் பிரயத்தனங்களைத் தொடர்ந்துகொண்டிருந்தாள். நேரம் கடந்துகொண்டிருந்தது. குளிரூட்டப்பட்டிருந்த அந்த இடத்திலிருந்து விரைவாக வெளியேறி விடுவதன் மூலம்தான் தலைவலியிலிருந்து விடுபட முடியும் என நம்பினாள். தன் மேசையைக் கடந்து சென்ற ஒவ்வொருவரும் தன்னைக் கூர்ந்து கவனிப்பது தவிர்க்க இயலா மல் இருக்க, அவனும் நண்பனும் வந்து இவளெதிரிலிருந்த இருக்கைகளில் உட்கார்ந்தார்கள். 'என்ன போரடிச்சிருச்சா?' எனப் பரிவோடு கேட்ட அவனுடைய நண்பனின் குரலில் மன்னிப்பு கோரிய பாவனை இருந்தது. இவள் அதை மறுக்கும் வகையில் தலையசைத்துச் சிரித்தாள்.

அவர்கள் வந்தபோதே தங்களுக்கான உணவோடு இவளுக் கான உணவையும் எடுத்துவந்திருந்ததைக் கவனித்தாள். தன் பக்கமாக வைக்கப்பட்ட சாப்பாட்டுத் தட்டையும் அவ்விடத்தில் எழுந்த விதவிதமான உணவுகளின் வாசனைகளையும் தவிர்க்க விரும்பியவள்போல முகம் சுளித்தாள். சாப்பிடுவதன் மூலம் தலைவலி அதிகரிக்கலாம் என எண்ணினாள். ஏற்கனவே வலியின் சுழற்சியில் சிக்கித் தடுமாறிக்கொண்டிருக்க, இது எதற்காக என நினைத்துத் தன் எதிரிலிருந்த சாப்பாட்டுத் தட்டைப் பக்கவாட்டில் ஒதுக்கிவைத்துத் தனக்கு அது தேவை யில்லை எனக் காட்டிக்கொண்டாள்.

நண்பன் ஏன் எனக் கேட்க எத்தனித்து இவளிடமிருந்து பதிலொன்றை எதிர்பார்க்கும் சங்கடத்தை உணர்ந்தவனாக

எதுவும் பேசாமல் சாப்பிட ஆரம்பித்தது இவளை ஆசுவாசப் படுத்தியது. அவன் மட்டும் தான் சாப்பிடாததைக் கண்டு கொண்டதாகவே காட்டிக்கொள்ளாதது வெறுப்பை ஏற்படுத்தி யது. தனக்கு வெளியில் வேலையிருப்பதாகவும் சீக்கிரம் கிளம்பி னால் நன்றாக இருக்கும் என்றும் நண்பனிடம் கூறி வேகமாகச் சாப்பிட்டுக்கொண்டிருந்தவனின் பார்வை தற்செயலாக அந்த இளைஞர்களின் மீது விழுந்து திரும்பியது. அவர்கள் இவர் களின் பக்கமாகத் திரும்பி நின்று இவர்களையே கவனித்ததை யும் குறிப்பாக அவர்களது ஒட்டுமொத்த கவனமும் இவள் பேரில் குவிந்திருத்ததையும் புரிந்துகொண்டவனின் முகம் வெறுப்பில் கறுத்து, 'சீக்கிரம் கிளம்புன்னு சொல்றேனில்ல' தன் நண்பனைப் பார்த்துச் சொன்ன அவன் குரலில் மெலிதாகக் கடுமை ஏறியிருந்தது. நண்பனோ அவன் வேகத்தின் அர்த்தம் புரியாது அவன் முகத்தையே உற்றுக் கவனித்துவிட்டு மறுபடியும் சாப்பிடுவதைத் தொடர்ந்தான்.

'அந்தப் பெண் ரொம்ப அழகு இல்லை?' இவர்களுக்குப் பக்கவாட்டிலிருந்த மேசையில் அமர்ந்திருந்த பெண்ணின் குரல் காற்றில் மிதந்து வந்து இவர்களைச் சேர்ந்தது. மிகவும் மிருதுவான குரலில் சொல்லியிருந்தாலும் அச்சூழலின் அதீத மௌனம் அக்குரலை இவர்களிடம் கொண்டுவந்து சேர்க்கப் போதுமானதாயிருந்தது.

அவன் ஒரு நிமிடம் இவளைக் கூர்ந்து கவனித்துவிட்டுத் தலைகுனிந்துகொண்டான்.

'அந்த ரெண்டு பேரில அவ புருசன் யாரா இருக்கும்? அழகா இருக்கானே அவனாத்தான் இருக்கும்' இன்னொரு குரல் கேள்வியை எழுப்பித் தொடர்ந்து பதிலையும் சொன்னது.

யாரோ தன்மீது சேற்றையள்ளிப் பூசியதுபோல உணர்ந்தவ னின் முகம் அவமானத்தால் சிவந்ததைக் கவனிக்காததைப் போலக் காட்டிக்கொள்ள இவள் மிகவும் சிரமப்பட வேண்டி யிருந்தது. மேலே என்ன செய்வதெனப் புரியாத குழப்பத்தில் மூழ்கி அவன் தடுமாறியதை உணர்ந்தாள்.

அவன் பாதிச் சாப்பாட்டிலேயே எழுந்து வேகமாகக் கை கழுவுமிடம் நோக்கிச் செல்ல, அதில் இவர்களையும் கிளம்பச் சொன்ன சமிக்ஞை இருந்தது புரிந்து நண்பனும் எழுந்து அவனைத் தொடர்ந்து போனான். அவர்கள் சென்ற தற்குப் பிந்தைய சிறு அவகாசத்தில் இவள் தலை திருப்பி அந்தப் பெண்ணைப் பார்த்தாள். இவள் தங்களைப் பார்ப்பதைக் கண்டுகொண்டவர்கள் தர்மசங்கடத்துடன் நெளியத் தோழமை கொள்ளும் விதத்தில் இவள் மெலிதாகச் சிரித்தாள். ஒன்றும்

புரியாத அவர்கள் தலைகுனிந்துகொள்ள, கை கழுவித் திரும்பிய அவர்களிருவரும் வெளியில் செல்ல இவளைத் தாண்டி வேகமாகச் சென்றார்கள். தானும் அவர்களோடு சேர்ந்து கொள்ளும் பொருட்டு எழுந்து பின்தொடர்ந்தாள். அவனுக்கு இவள் தன்னோடு சேர்ந்து வந்துவிடக் கூடாது என்ற எண்ண மிருந்ததை யூகிக்க முடிந்தது. ஓரளவு வேகமாகவே மூவரும் கண்ணாடிக் கதவைத் திறந்து படிகளில் இறங்கிக்கொண் டிருக்க, யாரிடமும் விடைபெறாமல் ஏன் அத்தனை அவசரம் என்னும் கேள்வியை முகத்தில் ஏந்தி அவனுடைய நண்பனும் நடந்துகொண்டிருந்தான்.

கண்ணாடிச் சுவற்றுக்குள்ளிருந்தவாறே அந்தப் பெண் களும் இளைஞர்களும் தங்களையே கவனித்துக்கொண்டிருந் தார்கள் என்ற எண்ணம் இவளுக்கு இருந்துகொண்டிருக்க, ஒருமுறை பக்கவாட்டில் தலைதிருப்பி அதை உறுதிப்படுத்திக் கொண்டாள். என்ன செய்யலாம் என யோசித்தவாறே இவள் காரை நெருங்கியபோது நண்பன் காரின் பின்சீட்டில் அமர்ந்து விட்டிருக்க அவன் காரை ஸ்டார்ட் செய்திருந்தான்.

தான் வழக்கமாக உட்காரும் முன்சீட்டைத் தவிர்த்துப் பின்சீட்டில் அமர்வதன் மூலம் அவன் யாரென மற்றவர் களுக்குக் காட்டிக்கொள்ளத் தனக்கு விருப்பமில்லை என்பதைப் புரியவைக்கலாமா என யோசித்தவளை, ‘பின்சீட்டில் உட்கார்’ என்ற குரல் கலைத்தது. அதன் காரணம் நெருப்புத் துளியென இவளைப் பற்றிக்கொண்டது. பதிலேதும் சொல்லாமலேயே முன்புறக் கதவைத் திறந்து அவனருகில் உட்கார்ந்து, காரின் கதவை ஓங்கி அறைந்து கண்ணாடிச் சுவரின் வழித் தங்களைப் பார்த்துக்கொண்டிருந்தவர்களை நோக்கிப் பார்வையைத் திருப்பிக் கண்களாலேயே சிரித்தாள். அங்கிருந்து கடும் வேகத்துடன் கார் சீறிப் பாய்ந்தது.

இழப்பு

மழையால் வீடு நசநசத்துக்கிடந்தது. மொஸைக் தரையில் கால்வைக்க முடியாமல் நறநறத்த மணல் பற்களைக் கூசவைத்தது. நெரிசலில் சிரமத்துடன் வழியேற் படுத்தி வெளியில் வந்து தெருவில் இறங்கி நடக்க ஆரம்பித் தேன். இழப்பின் துயரத்தாலும் மனித நெரிசலின் இறுக்கத் தாலும் புழுங்கிக்கிடந்த உடலும் மனமும் தெருக்காற்றின் குளிர்ச்சியில் சிலிர்த்தன. ஆனாலும் ஓர் அடிகூட எடுத்து வைக்க இயலாமல் பாதம் கனத்து நடுங்கியது. ஒரு நிமிடமாவது அங்கேயே நின்று ஆசுவாசப்படுத்திக் கொள்ள விரும்பினாலும் அதற்குச் சாத்தியமில்லாமல் அந்த இடத்தில் நடமாடிய கூட்டத்தின் இருப்பு சங்கட முண்டாக்க, வலுக்கட்டாயமாக வீட்டை நோக்கி நடந்தேன். பத்தடி தூரத்தில் இருந்த வீட்டை அடையக் கடுமையாக முயல வேண்டியிருந்தது.

வீடு தன்னை நெருங்கவிடாதவாறு தள்ளித் தள்ளிப் போன கற்பனை மனத்தில் எழ இன்னும் தீவிரமாக எட்டி நடந்து நெருங்க முயன்றேன். நீண்ட நேரத்துக்குப் பிறகே வீட்டை அடைய முடிந்தது. இரவின் இருட்டை முழுமையாகத் தன்மீது போர்த்தி வீடு சாந்தமாகத் தோற்றமளித்தது. தளர்ந்த நடையோடு கதவின் மீது சாய்ந்து ஒரு நொடி தாமதித்துப் புடவையை விலக்கி இடுப்பின் பக்கவாட்டில் சொருகியிருந்த சாவியை உருவிப் பூட்டைத் திறக்க முயன்றேன். பூட்டின் துளை தட்டுப் படாமல் தடுமாறினேன். ‘ப்ச்’ என அலுத்துக்கொண்டே மறுபடியும் அதைத் திறக்க முயன்றேன். சிறிது நேரப் போராட்டத்திற்குப் பிறகு பூட்டைத் திறக்க முடிந்தாலும்,

கனமான பித்தளைத் தாழ்ப்பாளை இழுப்பது பெரும்பாடாக இருந்தது. தினமும் இழுத்த தாழ்ப்பாளை இன்று முழுபலத்தையும் திரட்டி இழுக்க வேண்டியிருக்கிறது.

கதவு திறந்து உள்ளே நுழைந்த என்னை மேலும் அடர்த்தியான இருள் எதிர்கொண்டது. 'அக்கா நாளைக் காலையில வந்திடுவேன்.' அவன் குரல் இன்னும் காதிலேயேயிருந்தது. சுவற்றின் மீது சரிந்து நழுவித் தரையில் உட்கார்ந்தேன். சில்லிட்டுக்கிடந்த தரையின் குளிர்ச்சி தாங்க முடியாமல் பலவீனமான உடம்பு நடுங்கியது. சற்று நேர ஓய்வுக்குப் பிறகே அங்கிருந்து எழுந்துகொள்ள முடியும் எனப் பட்டது. சற்று நேர ஆசுவாசத்திற்குப் பிறகும் எழுந்துகொள்ளக் கடும் பிரயத்தனம் தேவையாயிருந்தது. கைகளிரண்டையும் தரையில் ஊன்றிச் சிரமத்துடன் எழுந்தேன். அடுத்து என்ன செய்வது எனத் தடுமாறி, இலக்கில்லாமல் இருளில் ஊடுருவி ஹாலின் குறுக்காகச் சென்று ஜன்னலை அடைந்தேன். கண்களுக்குப் பழகிவிட்ட இருள் பெரிதாக நெருடாதது நிம்மதியைத் தந்தது. திறந்திருந்த ஜன்னல் கதவிலிருந்து உள்நுழைந்த காற்றில் படபடத்த திரையைப் பிடித்து நிறுத்தி ஓரமாக ஒதுக்கினேன். விரல்கள் பற்றிய ஜன்னல் கம்பியின் குளிர்ச்சியை உணர்ந்தவாறே தெருவையும் அதைத் தாண்டி எதிர்த்திசையில் இருந்த கபர்ஸ்தானையும் நோக்கிப் பார்வையைச் செலுத்தினேன்.

அவன் புதைக்கப்பட்ட இடம் எதுவாக இருக்கும் எனப் பதற்றத்துடன் அவசரமாகத் தேடிய என் கண்களுக்கு மல்லிகைப் பூக்களால் அலங்கரிக்கப்பட்டிருந்த புதைகுழி பளிச்செனத் தட்டுப்பட்டது. தெருவை ஒட்டிய சுற்றுச்சுவருக்கு அருகில் என் வீட்டு ஜன்னலுக்கு எதிராகவே அவன் புதைக்கப்பட்டிருந்தது தாங்க முடியாத அதிர்ச்சியாய் உருவெடுத்து, இனி எக்காலத்திலும் என்னால் அந்தத் துக்கத்திலிருந்து விடுபடவே முடியாதோ என்னும் பீதி பெரும் துயராய் எழுந்தது.

'நீ எத்தனை அடி உயரம்?' அவனது கட்டைக் குட்டையான உருவத்தைப் பார்த்துக் கேட்ட என்னிடம், 'அஞ்சு அடிக்கா' கூச்சத்துடன் சொல்லித் தலைகுனிந்துகொண்ட அவன் முகம் நினைவில் எழுந்தது. மழையால் சொதசொதத்துக் கிடந்த ஆறடிக் குழிக்குள் அவ்வுடல் இன்று புதையுண்டு கிடந்தது. நேற்றிரவு வீட்டில் தன் படுக்கையில் சகல சௌகர்யங்களுடன் படுத்து உறங்கியவனை இன்று பாம்புகள் ஊர்ந்து திரிகிற பாதுகாப்பற்ற இருளில் மூழ்கிய குழிக்குள் கிடத்தியிருந்த யதார்த்தத்தை ஏற்கத் தயங்கிய மனத்தைச் சமாதானப் படுத்த மிகுந்த பிரயாசை வேண்டியிருந்தது.

மரணம் எங்கே ஒளிந்துகொண்டிருந்துவிட்டு வெளியே வருகிறது? ஒரே பாய்ச்சலில் கொத்தித் தூக்கிக்கொண்டு எங்கே போகிறது? பதிலில்லாத கேள்விகளால் தலை வெடித்து விடும்போலிருந்தது. அவற்றிலிருந்து விடுபடத் தலையை இடவலமாக ஆட்டித் தன் நிலைக்கு வந்தவளின் பார்வை அவனது கபர்ஸ்தானிலிருந்து மீண்டு உட்புறமாகச் சென்று அலைந்து மெர்க்குரி விளக்கின் ஒளியில் வரிசையாய் அணி வகுத்து நின்ற தென்னை மரங்களின் மீது விழுந்தது. தீட்டப் பட்ட ஓவியங்கள்போல அவற்றின் மட்டைகள் துளிக்கூட அசையாமல் மௌனித்திருந்தன. ஏதோ ஒரு மரத்திலிருந்து கேட்ட பறவையொன்றின் ஒலி காதில் விழுந்தது. வழக்கமாக அவ்வொலி திகிலை உண்டுபண்ணுவதாயிருக்கும் என்றாலும் இன்று வெற்று ஒலியாய் மனம் நிரம்புகிறது. வீடு இன்னும் இருளில் மூழ்கியிருந்தது. சுவிட்சைத் தட்டி விளக்கை எரிய விடும் எண்ணமே தோன்றாததால் தொடர்ந்து அங்கேயே நின்றுகொண்டு எதெதையோ யோசிக்க முற்பட்டேன்.

'செத்துப்போறதுன்னா என்ன?' பகலில் குழந்தை என்னிடம் கேட்ட கேள்வி நினைவுக்கு வந்தது. எனக்கு எத்தனை வயதிருக்கும்போது இதே கேள்வியை அம்மாவிடம் கேட்டேனெனக் கணிக்க முயன்றேன். ஐந்து அல்லது ஆறு? குழப்பமாக இருந்தது.

தாழ்வாரத்தில் கிடந்த கட்டிலில் அம்மாவின் மடிமீது தலைவைத்துப் படுத்துக்கொண்டு ஓட்டுச் சரிவிலிருந்து வழிந்து முற்றத்தில் கொட்டிக்கொண்டிருந்த மழை நீரிலிருந்து எழுந்த முட்டைகளைச் சத்தமாக எண்ணத் தொடங்கினேன். பதினாறோடு தடைப்பட்ட எண்ணிக்கை அம்மாவைச் சிரிக்க வைத்தது.

'என்னாச்சு அவ்வளவுதானா?' என்றாள். வெட்கம் பிடுங்கித் தின்ன என் முகம் அம்மாவின் மடியில் இறுக்கமாய்ப் புதைந்தது.

'பக்கத்து வீட்டுப் பானுவுக்கு, அம்பதுவரைக்கும் எண்ணத் தெரியும். நான் உனக்குச் சொல்லித் தரட்டுமா?'

வேகமாக முகம் உயர்த்தித் தலையாட்டி அதை ஆமோதித்து 'அவளுக்கு அவங்க ராதி சொல்லித் தந்தாங்க. ஆனா எனக்கு ஏன் ராதி இல்லை?' ஆர்வமாகக் கேட்டேன்.

சற்று நேர அமைதிக்குப் பிறகு அம்மா சொன்னாள். 'அவங்க நீ பொறக்கு முன்னே மௌத்தாப் போய்ட்டாங்க.' முதன்முதலாகக் கேள்விப்பட்ட வார்த்தையின் அர்த்தம் புரியாத குழப்பத்துடன், 'அப்டின்னா?' என்று விழித்தவளிடம்,

'அப்படின்னா செத்துப்போறது . . . அதாவது இறந்து போறது . . . அல்லாட்டப் போறது . . .' எனக்குப் புரியும் விதமாகச் சொல்லவியலாத வருத்தம் தொனித்த அம்மாவின் குரலில் மேற்கொண்டு எதுவும் கேட்கக் கூடாது என்னும் கண்டிப்பும் கலந்தே இருந்தது புரிய, மௌனமாக அது குறித்த யோசனை யில் ஆழ்ந்தேன்.

அன்றில்லாமல் எல்லாக் காலத்திற்குமாகத் தன்னுள்ளாகப் பொதிந்துள்ள புதிரைத் தக்கவைத்துக்கொண்டிருப்பதிலேயே அதன் வசீகரம் தேங்கியிருப்பதாக நினைத்து நெடிய பெருமூச்சு விட்டேன்.

'அம்மா . . .' எனக் கத்தியவாறு ஓடிவந்து இறுக்கிக் கட்டிக் கொண்ட யாஸர் என்னைத் தன் உணர்வுக்குக் கொண்டு வந்தான். வீடே இருளில் மூழ்கியிருந்ததைக் கண்டு பதறியவள் அவனை இறுக அணைத்துப் பிடித்தபடி சுவிட்ச் இருந்த இடம் நோக்கி நகர்ந்தேன். பயத்தில் உறைந்திருந்த குழந்தை யின் முகம் வெளிச்சத்தில் இறுக்கம் தளர்ந்து பிரகாசம் கொண்டது என்றாலும் தாயின் முகத்தில் வெளிப்பட்ட கலக்கம் புரியாத தடுமாற்றத்துடன் ஓடிப்போய் சோபாவில் அமர்ந்து என் முகத்தையே உற்றுக் கவனித்தான்.

பயத்தைப் போக்கும் விதத்தில் அவன் முகத்தைக் கூர்ந்து கவனித்து இதமாகச் சிரித்தேன். அது துளிக்கூட என்னோடு ஒட்டவில்லை என்பது அவனுக்குத் தெளிவாகவே புரிந்ததை அறிந்து அவனருகே சென்று இறுக அணைத்துக்கொண்டேன். என் மடிமீது தன் பாதுகாப்பை உறுதிசெய்துகொண்டவனாகத் தூங்க ஆரம்பித்த அவன் தலைமுடியை வருடிக்கொடுத்தவாறே அண்ணாந்து சுவர்க் கடிகாரத்தில் மணி பார்த்தேன். நேரம் பத்தைத் தொட்டிருந்தது. 'பாவம் குழந்தை' என முணுமுணுத்து அவனைக் கொண்டுபோய்ப் படுக்கையில் விட்டேன். ஜரினா வின் வீட்டில் சாப்பிட்டிருப்பான் என நிம்மதியோடு அவனுக்குப் பக்கத்திலேயே படுத்துக்கொண்டேன்.

தூங்க முடியும் என்ற நம்பிக்கை சுத்தமாக இல்லை என்றாலும் சும்மாவேனும் படுத்துக்கொண்டிருக்க விரும்பினேன். மரணத்தை நெருக்கமாகப் பார்த்த பிறகு வாழ்க்கை எப்படி இத்தனை அர்த்தமற்றதாகவும் அபத்தமானதாகவும் மாறி விடுகிறது என்னும் கேள்வி பீறிட்டு எழுந்தது. சாவு வீட்டிலிருந்து வந்த பிறகு, கைகால் முகம்கூடக் கழுவாதது நினைவுக்கு வந்தது. அதைக்கூடச் செய்யாமல் அப்படி என்ன அலுப்பு எனத் தனக்குள்ளாக முனகிக்கொண்டவளுக்கு, அதற்குக் காரணம் அலுப்பு மட்டும்தானா என்ற யோசனை எழுந்தது.

உடுத்தியிருந்த புடவையெங்கும் யார் யாருடைய கண்ணீர்த் துளிகளோ தேங்கிக் கனத்ததாகத் தோன்றினாலும், கொஞ்சம் கூட அசூயைகொள்ளாமல் உடையைக் களையும் எண்ணத்தைப் புறக்கணித்தேன். துளியும் அசைவற்றிருந்தேன்.

அப்படியே தூங்கிவிட முடிந்தால் எத்தனை நன்றாயிருக்கும் என நினைத்தவளுக்கு உடனேயே அதிலுள்ள சாத்தியமின்மையையும் யோசிக்க முடிந்தது. அந்தத் துக்கத்திலிருந்து விடுபட எத்தனித்ததில் இருந்த சுயநலத்தை எண்ணிக் கூச்சப்பட்டேன்.

தூங்கிக் கடக்கும் அளவுக்கு அற்பமானதா அந்த இழப்பு எனக் கேட்டுக்கொண்டவளுக்கு, ரொம்பவும்தான் அலட்டிக்கொள்கிறோமோ என அவமானமாக இருந்தது. எதையுமே நினைக்காமல் இருக்க முயன்றேன். அது சாத்தியம்தானா என நினைத்துப் படுக்கையில் புரண்டு படுத்தவாறு கடிகாரத்தில் மணி பார்க்க முயன்றேன். இருளில் ஒன்றும் தெரியவில்லை என்றாலும், பரவாயில்லை தெரிந்து என்ன செய்யப் போகிறோம் எனச் சமாதானம் செய்துகொண்டேன்.

பசி மேலிடக் காலையிலிருந்தே ஒன்றும் சாப்பிடவில்லை என்பது நினைவுக்கு வந்தது. சாப்பாடு மட்டுமா? தண்ணீர் கூடக் குடிக்கவில்லை என நினைத்து வியந்தேன். என்றைக்காவது ஒரு நாள் இதுபோல முழுப்பட்டினி இருந்திருக்கிறோமா என யோசித்தேன். அப்படி ஒரு நாள்கூட இருந்ததில்லை – ரம்ஜான் மாதத்தில்கூட – என்பது நினைவுக்கு வர, பின்னர் அதுவே தீராத வியப்பாக மாறியது. இன்று இது எப்படிச் சாத்தியமாயிற்று என்னும் கேள்வியோடு பெரிதாகச் சாதித்துவிட்ட பெருமித உணர்வுக்கு ஆட்பட்டு உடனே உடம்பைக் குலுக்கி அதிலிருந்து விடுபட்டேன்.

பகலில் குழந்தையைச் சாப்பிட வைத்தபோது ஜரினா 'இந்தா பார், நீயும் கொஞ்சம் சாப்பிட்டு வயித்தை நனைச்சு வை. நல்ல பையன்தான். பக்கத்து வீட்டுக்காரன்தான். எல்லார் கிட்டேயும் பாசமாத்தான் இருப்பான். வருத்தமாகத்தான் இருக்கு, என்ன செய்ய? அவன் அம்மா, பொண்டாட்டியே ஒருமுறைக்கு நாலுமுறை காப்பி குடிச்சுக்கிட்டாக. ஒனக்கென்ன?' சலிப்போடு கெஞ்சினாள். இவள்தான் பிடிவாதமாக மறுத்துவிட்டாள். ஓர் உயிர் அநியாயமாகப் போய்விட்ட நிலையில் பசியை உணர்வதும் சாப்பிடுவதும் பெரிய குற்றவுணர்ச்சியை உண்டாக்குவதாயிருந்தன. கடுமையான பசியை உணர்ந்த இந்த நேரத்தில்கூட அவ்வெண்ணமே வலுப்பெற்றது.

பசியும் தூக்கமும் மனித இயல்புகள்தாமே? இதில் குற்றம் சொல்ல என்ன இருக்கிறது என்னும் கேள்வி எழ எனக்கே அந்த அசட்டுத்தனமான வாதத்தை நினைத்துச் சிரிக்கத் தோன்றி யது. ஆனாலும் அவன் உடலை அடக்கம் செய்த கையோடு கறியும் சோறும் சாப்பிட உட்கார்ந்த கூட்டத்தைப் பார்த்து நான் பயந்து நடுங்கியதும் ஞாபகத்திற்கு வந்தது.

ஜன்னலுக்கு வெளியே கொட்டிய மழையின் ஓசை கேட்டது. குளிர்ந்திருந்த இரவில் படுக்கையின் மெத்தென்ற இதமும் குழந்தையின் அருகாமையும் உறக்கம் நெருங்குவதற்கான சாத்தியங்களை நம்பியவளுக்கு மழையில் நனையும் குழிக்குள் அவன் உடல் கிடத்தப்பட்டிருந்ததும் நான் சொகுசாகப் படுக்கையில் படுத்திருந்ததும் தாங்கவியலாத துயரமாக உருவெடுத்தன. இரவின் அனைத்துப் பக்கங்களின் மீதும் மரணத்தைப் பற்றிய அச்சுறுத்தல் நீக்கமற நிறைந்திருந்ததை மறக்க முயன்று உறங்கிப்போனேன்.

○

பாதித் தூக்கத்தில் திடுக்கிட்டு விழித்த என்னைத் தொலை பேசியின் ஒலிதான் எழுப்பியதோ எனச் சந்தேகம் தோன்றப் பயத்துடன் உற்றுக் கவனித்தேன். தொலைபேசி ஒலிக்கவில்லை என்பதை ஊர்ஜிதம் செய்துகொண்டேன். வழக்கமாக நடு இரவில் வரக்கூடிய தொலைபேசி அழைப்பு ஏன் இன்னும் வரவில்லை என்னும் கேள்வி விஸ்வரூபம்கொள்ள, இனிமேல் வரக்கூடும் என்ற உறுதியோடு கவலையும் சூழ்ந்தது.

'இதை நினைச்சு எதுக்காகக் கவலைப்படுற? நீ தனியா இருக்கிற இல்லெ, பொறுக்கி நாய் ஏதாவது வம்பு பண்ணும். பேசாம ரிஸீவரை எடுத்துக் கீழே போட்டுட்டுத் தூங்கு' என்று சொல்லும் ஜரினா, 'ஆமாம் அதுவும் முடியாது இல்லெ? ஒம் புருஷன் சௌதியிலிருந்து ராத்திரி நேரந்தான ஒனக்குப் போன்ல பேசுவாரு' என்று அதன் சாத்தியமின்மையையும் சொல்லி அலுத்துக்கொள்வாள்.

பிறகு அவளே 'ஆமாம், ஒரு வார்த்தையும் பேசித் தொலைக்க மாட்டேங்கிறான். அப்புறம் எதுக்குப் போன் பண்ணுறான் . . ?' கெட்ட வார்த்தை சொல்லி நக்கலாகச் சிரித்துக்கொள்வாள்.

மறுபடியும் தூக்கம் வருமெனத் தோன்றவில்லை. எனக் கென்னவோ அந்தத் தருணத்தில் என் விழிப்பு அதுவரை வராத அந்தத் தொலைபேசி அழைப்புக்காகக் காத்திருந்ததாகச் சங்கடப்பட்டேன். படுக்கையிலிருந்து எழ வேண்டுமென்ற நிலைகொள்ளாத தவிப்பு மேலிட்டது. மெத்தையின் இதம்

தந்த குற்றவுணர்வுடனேயே என்னை அதனுள் புதைத்து அத் தவிப்பிலிருந்து விடுபட முயன்றேன்.

'ரொம்ப நாளா ஆசை இதே மாதிரி விலையுயர்ந்த கட்டில் மெத்தை வாங்கணும்னு, வாங்கிட்டேன்க்கா' பெருமையோடு ஒலித்த அவன் குரல் திடீரென நினைவில் தட்டுப்பட, உடனே பழையபடி குற்றவுணர்வுக்குள் தள்ளப்பட்டேன்.

கடந்துகொண்டிருந்த ஒவ்வொரு நொடியிலும் என் விழிப்பு தொலைபேசி அழைப்பிற்கான காத்திருத்தலாக மாறியதோ என்னும் ஐயம் அதிகரித்துக்கொண்டிருந்தது. இதுநாள்வரை நான் அவ்வழைப்பை விரும்பியே எதிர்கொண்டிருந்தேனோ என்ற கேள்வி உருவாகி விடாமல் துரத்த மனம் பதற்ற மடைந்தது. என்ன நடந்துகொண்டிருந்தது என்ற கவலையூடே, நான் யாரென அறிந்துகொண்டுவிடக் கூடாதென்னும் பயமும் ஒன்றிணையக் குழப்பத்தில் ஆழ்ந்தேன்.

ஒரு வார்த்தை பேசாவிட்டால் என்ன? அந்த அழைப்பில் மிகுந்திருப்பது எனக்கான வேட்கையும் விருப்பமும்தானே? தினமும் கலையும் தூக்கத்தினூடே மனத்தின் அமைதி அழிவதற்குப் பதிலாக ஓரத்தில் எனக்குள் பெருமித உணர்வு துளிர்த்ததல்லவா? என்னை நோக்கியே என்னால் எழுப்பப் பட்ட கேள்வியால் சிதைவுற்ற என் பிம்பத்தை நேர்செய்யும் விதமாகத் தலையணைமீது தலையை இடவலமாகப் பலமாக ஆட்டிக்கொண்டேன்.

ஒவ்வொரு நாளும் என்னை அழைப்பது யாராக இருக்கும் என்னும் கேள்வியும் அதை அறிவதற்கான ஆர்வமும் என்னை எத்தனை துன்புறுத்தியிருக்கின்றன? இன்றோ யார் என்ற கேள்வியோடு இன்னும் வரவில்லை என்னும் கவலையும் சேர்ந்திருந்தது. நினைக்க நினைக்கக் குழப்பம் மட்டும் மிஞ்சப் படுக்கையிலிருந்து எழுந்து உட்கார்ந்தேன். வெறும் வயிற்றோடு இருந்ததுதான் அப்படித் தூக்கம் வராமல் சித்திரவதை செய்தது என யோசித்துக் கட்டிலைவிட்டு எழுந்து தண்ணீர் இருந்த இடத்தை நோக்கிச் சென்று சொம்பிலிருந்த தண்ணீரை எடுத்து வேகவேகமாகக் குடித்தேன்.

பசியாலும் தாகத்தாலும் ஒடுங்கிக்கிடந்த வயிற்றில் தண்ணீர் விழுந்த மறுநிமிடமே வலியுண்டாக, அடிவயிற்றைப் பிடித்த படியே மறுபடியும் வந்து படுக்கையில் சரிந்தேன். வழக்கமாக வரும் தொலைபேசி அழைப்பில் ஒரே ஒருமுறை நான் கேட்க நேரிட்ட பெண்ணின் குரல் நினைவிலாடியது. அன்று நிகழ்ந்த விஷயத்தை நினைவூட்டிக்கொள்வதன் வழியே இந்த நாளின்

இறுக்கத்தைச் சற்றேனும் தளர்த்திக்கொள்ள முடியும் என்னும் எண்ணம் உண்டாயிற்று. அவள்தான் அன்று எத்தனை அற்புத மாகப் பாடினாள்! ரிஸீவரை எடுத்ததுமே என் காதில் விழுந்த பாடலின் வரிகள் அரைகுறை விழிப்பில் புரியாத தடுமாற்றத்தை ஏற்படுத்தின. சில நொடிகளில் நிதானத்திற்கு வந்த பிறகே அது மலையாளப் பாடல் என்பதும் கொஞ்சிக் குழைந்த அக்குரலிலிருந்தே அது காதல் பாடல் என்பதையும் என்னால் கணிக்க முடிந்தது. பாடலுக்கு இடையிடையே அவள் யாரையோ முத்தமிடுவதும் பிறகு பாடலைத் தொடர்வதுமாக சுவாரஸ்யம் கொண்டது அத்தருணம். அவள் குரலின் வசீகரம் மயக்க மூட்ட, வாழ்க்கையில் ஏதேனும் ஒரு சந்தர்ப்பத்தில் அக் குரலைக் கேட்டிருக்கிறோமா என்ற தீவிர யோசனையோடு அதை ரசித்தவாறே தொடர்ந்து கவனமாகக் கேட்டுக்கொண் டிருந்தேன்.

முழுப்பாடலையும் பாடி முடித்தவள், ‘உஸ். கிள்ளாதீங்க வலிக்குது’ எனச் சிணுங்கினாள். என்ன நடந்துகொண்டிருந்தது என்பது புரியக் குழப்பத்திலும் பயத்திலும் நாக்கு வறண்டா லும், அக்குரலின் வழியே எனக்குள்ளாக உருக்கொண்ட கூடலின் சித்திரம் அந்நேரத்தை சுவாரஸ்யம் மிக்கதாய் மாற்றியது.

அவள் மறுபடி ‘ச்சீ . . . போங்க’ எனச் செல்லமாய்க் கொஞ்சினாள். பிறகு மலையாளத்தில் ஒரு வார்த்தை சொன்னாள். முத்தமிட்டாள். மறுபடியும் பாடத் தொடங்கி னாள். இம்முறை தமிழ் சினிமாவின் காதல் பாடல். நான் எத்தனையோமுறை ரேடியோவில் கேட்டிருந்தாலும், அன்று அவள் குரலில் அது அற்புதம் கொண்டது. இன்புற்றிருந்த அந்தக் குரலில் நனைந்திருந்த காதல் உணர்வு கூச்சமூட்டி னாலும் ரசிக்கக்தக்கதாய் இருந்தது.

சில நிமிடங்களிலேயே என்ன நடந்தது, நான் என்ன செய்துகொண்டிருந்தேன் என்ற கேள்வி திடுமென எழ, அவமானத்தில் குலுங்கினேன். யாருடைய படுக்கை அறைக் குள்ளோ ஒளிந்துகொண்ட அருவருப்பும் என்ன நிகழ்ந்து கொண்டிருந்தது என்பதும் அதற்கான காரணமும் சட்டென உறைக்க, ஆத்திரமாக ரிஸீவரை வைத்தேன். என் நம்பரைக் கூப்பிட்டுப் படுக்கைக்கருகே வைத்திருந்தவனது எண்ணத்தை, அத்தனை நேரமாகக் கேட்டுக்கொண்டிருந்ததன் வழியாக நான் பூர்த்திசெய்திருந்தேன் என்பது புரிய, உடம்பு ஆத்திரத் தில் பொங்கிப் பொங்கி எழுந்தது.

அவன்தான் அப்பெண்ணுக்கு எத்தனை பெரிய நம்பிக்கைத் துரோகத்தைச் செய்திருந்தான்? அவளை நினைத்துப் பரிதாபம்

கொண்டாலும் எந்தக் குற்றவுணர்வுமில்லாமல் அவ்வளவு நேரமாக அவள் அந்தரங்க உணர்வுகளை நான் கேட்டுக் கொண்டிருந்தது மட்டும் எவ்வகையில் நியாயமாயிருக்க முடியும்? அவன் அவளுக்குச் செய்ததற்கு எந்தவிதத்திலும் குறைவானதல்லவே நான் செய்தது?

அதன் பிறகு எஞ்சிய இரவு நெடுக அப்பெண்ணின் குரல் என்னைச் சுற்றியே ஒலித்துக்கொண்டிருக்கத் தூக்கம் எங்கோ ஓடி மறைந்துவிட்டிருந்தது.

நினைவுகளின் சுமையிலிருந்து விடுபட்டுப் படுக்கையில் அமர்ந்திருந்தேன். மனமும் உடலும் ஒருசேர அயர்ச்சிக்குள்ளாக, இருளையே வெறித்தேன். உடனே தூங்க முடியாவிட்டால் பைத்தியமே பிடிக்கலாம் எனப் பயந்து, ஒன்று இரண்டு மூன்று என மனத்திற்குள்ளாக எண்ண ஆரம்பித்தேன். அதுவரை எங்கோ ஒளிந்திருந்து போக்குக் காட்டிக்கொண்டிருந்த தூக்கம் ஒரு பறவையின் இறகென என்மீது படர்ந்து அரவணைக்கும் அற்புதம் நிகழாதா என ஆதங்கத்துடனே தொடர்ந்தது என் எண்ணிக்கை.

பொழுது அத்தனை வெறுமையோடு விடியுமா என்பது போலத் தொடங்கியது அதிகாலை. அடிவயிற்றில் தசைகள் இறுக்கிப் பிடித்து வலித்ததை உணர்ந்தேன். வறட்டுப் பிடிவாதத் தாலும் குற்ற உணர்வாலும் பட்டினி கிடந்ததன் விளைவைப் பற்களை இறுகக் கடித்து எதிர்கொண்டேன். சக்கைபோலப் படுக்கையின் ஓரத்தில் ஒதுங்கிக்கிடந்த உடம்பு எத்தனையோ ஆண்டுகளாக நோயுற்றதுபோலப் பலவீனமாக இருந்தது. படுக்கையிலிருந்து எழுந்துகொள்ள முடியுமா என்னும் பயம் பிடித்தாட்ட நான் அத்தனை தூரம் என்னை நானே வதைத்துக் கொண்ட முட்டாள்தனம் புரிய வெகுசிரமத்துடன் எழுந்து கொள்ள முடிந்தது.

அவ்வீட்டின் முன்னால் போடப்பட்டிருந்த பிரமாண்ட மான பந்தல் அவன் மரணத்தை உறுதிப்படுத்த, எனக்குள் உருக்கொண்ட பீதியையும் நடுக்கத்தையும் மறைக்க முயன்று உள்ளே நுழைந்தவளைப் பலவிதமான குரல்களுடன் வீடு அரவணைத்தது. வீடு முழுக்க நிரம்பியிருந்த மனிதக் கூட்டத் தால் தன் சவக்களையை முற்றிலுமாக இழந்துவிட்டிருந்தது. மணவீட்டிற்கும் மரண வீட்டிற்குமான இடைவெளியைக் காற்றில் மிதந்து வந்த சுவையான உணவின் மணம் இட்டு நிரப்பச் சற்று நேரம் குழப்பத்திற்கு ஆட்பட்டேன்.

ஹாலின் ஒரு மூலையில் அமர்ந்திருந்த அவன் தாய் தன்னைச் சுற்றியிருந்த மற்ற பெண்களிடம் தன் மகனைப்

சாபம்

பற்றிய நினைவுகளைக் கதைகளாகச் சொல்லிக்கொண்டிருந்தாள். இடையிடையே தனக்கு அருகில் இருந்த எச்சில் பணிக்கத்தை எடுத்து மென்றுகொண்டிருந்த வெற்றிலை எச்சிலைச் சாவகாச மாகத் துப்பிக்கொண்டிருந்தாள். நான் யாராலும் கவனிக்கப் படாதது பெரிய நிம்மதியைத் தர, ஹாலின் வடக்குப் புறம் எனக்கெதிராக இருந்த அறையை நோக்கி அவசரமாக நடந்தேன். அறையை மறைத்தவாறு தொங்கிய பச்சை நிறத் திரையை விலக்கிய தருணத்தில் அவனுடைய மனைவிக்கு ஆறுதல் சொல்லக்கூடிய நிலைக்கு என்னைத் தயார்படுத்திக்கொண் டேனா என்ற கேள்வி எழுந்து அடங்க உள்ளே நுழைந்தேன்.

சற்றுமுன் கழுவிவிடப்பட்ட தரையின் ஈரமும் குளிர்ச்சி யும் பாதத்தில் தட்டுப்பட்டன. வெளிவெளிச்சம் வராமல் அடைக்கப்பட்ட அறை விடிவிளக்கின் ஒளியால் நிறைந்திருந்தது போல் தோன்றியது. அறை ரொம்பவும் சிறியதாக இருந்து மூச்சுமுட்டியது. சமீபத்தில் கட்டிய வீடுதான் என்றாலும் அத்தனை பெரிய வீட்டில் அவ்வளவு சிறியதாகவா அறையிருக் கும் என யோசித்துக்கொண்டே அவளை நோக்கிச் சென்றேன். தரையில் விரிக்கப்பட்டிருந்த பிளாஸ்டிக் பாயின் மீது தலை குனிந்து உட்கார்ந்திருந்தாள். அவள் தோரணை யாரையோ எதிர்பார்த்ததைப் போலிருந்தது. அறை நடுவே இருந்த தொட்டிலில் குழந்தை கிடந்தது. அவளருகே அமரும் முன்பாக குழந்தையை ஒருமுறை பார்க்கலாமா என ஓர் அடி தொட்டிலை நோக்கி எடுத்துவைத்தவள் மனம் சகிக்காமல் நின்றுவிட்டேன். அதன் முகத்தைப் பார்த்ததும் துக்கத்தின் அழுத்தம் தாளாமல் கதறிவிடுவேனோ எனப் பயம் பிடித்துக்கொள்ள, அவ்வெண்ணத் தைக் கைவிட்டு அவளை நோக்கி நடந்து அருகே உட்கார்ந்தேன்.

வந்தது யார் என அறியும் பொருட்டுத் தலைநிமிர்ந்து ஒரு நொடி என்னைப் பார்த்தவள் மறுபடியும் தலையைக் குனிந்துகொண்டாள். அந்த ஒரு நொடியிலேயே நான் வந்திருந் தது குறித்த திருப்தியை அவள் முகம் காட்டிவிட்டது. இருவருக்கு மிடையே நீடித்த மௌனத்தைக் கலைக்கும் வழியறியாது அவள் முகத்தை உற்றுக் கவனித்தேன். இருபது வயதிருக்குமா? நிச்சயமாக அதற்கும் குறைவாகத்தானிருக்கும் என்னும் முடிவுக்கு வந்தேன்.

ரத்தமேயில்லாததுபோல அவள் முகம் வெளுத்திருந்தது. நகைகளில்லாமல் மொட்டையாகக் கிடந்த கைகளும் காதும் மூக்கும் கழுத்தும் என் அதிகபட்ச மனத் தைரியத்தை உறுதி செய்தன. கூந்தல் வெளித்தெரியாதவாறு முக்காடிட்டு மறைத்துப் புடவையைக் காதுகளுக்குப் பின்புறமாக ஒதுக்கியிருந்தாள். அது மேலும் அவளை விகாரப்படுத்தியது. கைக்கு அடக்க

மான சின்னஞ்சிறிய வட்டமான முகத்தின்மீது பட்ட என் பார்வை நழுவி நழுவிச் சரிய, அதை மறுபடியும் நகர்த்தி அவள் முகத்தின் மீதே பதியவைக்கத் தீவிரமாக முயன்று தோற்றேன். அவள் கழுத்துக்குக் கீழே நிலைத்த என் பார்வையில் தாய்மையால் ததும்பிய கனத்த மார்பகங்களும் அவற்றை மறைக்க முயன்று தோற்ற புடவையும் பட்டன. நிறமில்லாத புடவையின் மீது மார்பிலிருந்து கசிந்த பாலின் கறை திட்டுத் திட்டாய்த் தேங்கியிருக்க அந்தப் பகுதியே சொரசொரப்பாயிருந்தது. அத்தனை நேரமில்லாமல் திடீரென என் நாசியில் வந்து மோதிய பால் கவிச்சி காற்றில்லாத அறையின் உள்ளே அடைந்திருந்த மக்கிய வாடையோடு சேர்ந்து குடலைப் புரட்டியது. அவள் இருந்த நிலைமையில் நான் அருவருப்புணர்வை அடைந்த நியாயமின்மையை மனத்தில் இருத்தி, குமட்டலை உள்ளுக்குள்ளேயே அடக்கிக்கொண்டேன்.

அவளும் என்னையே கவனித்துக்கொண்டிருந்தாள். பேச இயலாதிருந்த என் நிலைமைக்கு இரங்கியதைப் போலிருந்தது அவள் பார்வை. மேலும் சற்று நேர அமைதிக்குப் பிறகு மெலிதாக உதடு பிரியாமல் சிரித்து, 'இப்பத்தான் வர்றீங்களா?' என்றாள்.

அவளது இயல்பான சிரிப்பு என் பதிலைத் தாமதப்படுத்த, 'உம் இப்பத்தான், நேர உள்ளேயே வந்திட்டேன்' என்றேன்.

'பாருங்க எங்க கதிய. எப்புடி நிர்க்கதியா நிக்கிறோம்னு' குரல் கலக்கமின்றிக் கணீரென ஒலித்தது. 'போதாக்குறைக்கு இந்தக் கிழடுகிட்ட வேற மாரடிக்கணும். நான் பாட்டுக்கு நிம்மதியா இருந்தேன், நஸீபு இங்கெ இழுத்துப்போட்டிருச்சு.'

சற்று நேர இடைவெளிக்குப் பிறகு மறுபடியும் அவளே, 'பாத்திங்களா அந்தப் பொம்பளை வெத்திலைபோடுற அழகையும் பேச்சழகையும். வெனைகாரி, துளியாச்சும் கலங்கியிருக்காளா பாருங்க. அவ சதையில மண்ணு விழுக' என்றாள். கைவிரல்களை ஒன்று சேர்த்து நெட்டி முறித்தவள், 'எம் புருஷனுக்கே இந்தப் பொம்பளைன்னா ஆகாது. நான் என் புருஷன்கூடப் போய்க் குடித்தனம் பண்றது சகிக்காம, "எதுக்குடா தண்டமா வீட்டு வாடகை குடுத்து அவளை டவுன்ல கொண்டு போய்க் குடித்தனம் வைக்கிற? இங்கெ இவ்ளோ பெரிய வீடு சும்மா கிடக்குது விட்டுட்டுப் போ. எனக்கும் துணையா இருக்கும். வாரத்துல ஒரு நாளக்கி வந்துட்டுப் போவேயில்ல. ஊரு ஒலகத்துலப் பொண்டாட்டி புள்ளைய விட்டுட்டு சௌதியில போயி இருக்கறது இல்லையா?"ன்னு எப்பப்பாரு பொருமல். இப்ப ஒரேயடியா இங்கெயே வந்துட்டேன் இல்ல,

இனிமேயாவது சந்தோஷமா இருக்கட்டும்' மிகமிக அழுத்த மாக அவள் குரல் ஒலித்தது.

அத்தனை நேரமாக மிகுந்த பரிதாபத்துடன் கேட்டுக் கொண்டிருந்த என்னைத் திடுமென ஒருவிதமான பயம் பிடித்துக்கொள்ள வேறு எவரேனும் அறைக்குள் வந்துவிடுவார் களோ என்னும் பதற்றத்துடன் தலையைத் திருப்பிப் பின்புற மாகப் பார்வையை அலையவிட்டேன். என் பார்வையில் தெரிந்த ஜாக்கிரதை உணர்வையோ என் தர்மசங்கடமான நிலைமையையோ அவள் சிறிதாவது கவனத்தில்கொள்ள வேண்டும் என்ற பாவனையை முகத்தில் இருத்தி அவளை மறுபடியும் நிமிர்ந்து பார்த்தேன்.

அவளுக்கு என் நிலைமை குறித்த கவனம் கொஞ்சமும் இருந்ததாகத் தெரியவில்லை என்பதைத் தொடர்ந்த அவளது பேச்சு ஊர்ஜிதம் செய்தது.

'இப்ப நீங்களே இருக்கீங்க, அவரு ஒரு மூணாவது ஆளு. உங்களுக்கு அவருமேல எம்புட்டுப் பிரியம். அதுகூட இந்தப் பொம்பளக்கி அவருமேல கிடையாது தெரியுமா? பணத்துக் காக, எம்புள்ள எம்புள்ளன்னு ஒறவு கொண்டாடுனாச் சரியாப் போச்சா? ஒங்கள மாதிரித்தான் எம் புருஷனும். நீங்கன்னா ஒரு பிரியம். ஒங்களுக்கு ஞாபகமிருக்கா, எனக்குக் குழந்தை பிறந்ததும் திருநெல்வேலிக்கு எங்க வீட்டுக்கு வர்றதா சொல்லி யிருந்தீங்களே?'

என் ஆமோதிப்புக்கெனப் பேச்சை நிறுத்தியவளிடம் ஒன்றும் புரியாத குழப்பத்துடன், 'ஆமாமாம் சொல்லியிருந்தேன்' என்றேன்.

'அவருக்கு எவ்வளவு சந்தோஷம் தெரியுமா? சொன்னா நீங்க நம்பமாட்டீங்க. அக்கா வரப்போறாங்கன்னு ஒரே சந்தோஷம். அக்காவுக்குத் தங்குறதுக்கு இந்தச் சின்ன வீடு வசதிப்படாது. பெரிய வீடா பார்த்துக் குடிபோகணும்னு உடனே வீடு மாத்தினார். "ஒரு நாள் வந்து தங்கறதுக்கு, எதுக்குங்க இந்த ஆடம்பரம்? ஏற்கனவே உங்க அம்மாகிட்ட பேச்சு வாங்கிக்கிட்டு இருக்கறப்போ"ன்னு நானும் எவ்வளவோ தடுத்தேன். கேட்டாதானே? அதோட மறுநாளே காரை வாங்கி நிறுத்திட்டாரே மனுஷன்! பக்கத்து ஊர்ல இருக்கற தர்காவுக் கெல்லாம் உங்களக் கூட்டிப்போயிக் காட்டறதுக்காம்" என் நம்பிக்கையைப் பெறும் உத்வேகத்துடன் ஆர்வமாகச் சொல்லி நிறுத்தியவள், 'கடைசியில சாகிறதுக்குன்னுன்னு அந்த காரை வாங்கினாப்புல ஆயிருச்சு' என வருத்தத்துடன் முடித்தவளின் முகம் விரக்தியில் சுண்டிப்போய்க்கிடந்தது.

எனக்குள் இன்னும்கூட என்ன செய்வதென்னும் குழப்பம் நீடித்தது. ஏதோ ஒருவிதத்தில் என் பேரில் தனக்கும் தன் கணவனுக்கும் உள்ள அதீதப் பிரியத்தைச் சொல்ல முடிந்த தில் உண்டான நிம்மதியோடு சுவற்றில் சாய்ந்து உட்கார்ந்து கொண்ட அவளிடம் தனக்கு ஆதரவான நிலையை என்னிடம் கோரிய தன்மையிருந்ததைப் புரிந்துகொள்ள முடிந்தது. அது வரைக்கும் இல்லாத கருணை அவன் பேரில் ஊற்றெடுக்க, என்ன அற்பமான மனிதர்கள் எனச் சலிப்படைந்தேன். இங்கு வருவதற்கு முன்பிருந்த மனநிலைக்கும் இப்போதைய மனநிலைக்குமிடையிலான மாற்றத்தை யோசித்த எனக்கு அங்கிருந்து சென்றுவிடும் ஆவல் மிகுந்துகொண்டிருந்தது. இருப்புகொள்ளாத என் மனநிலையை அவள் அறியக் கூடா தென்ற கவனத்துடனும் மூன்றாம் நபரான என்னிடம் அவள் வேண்டி நின்ற ஆதரவு எப்படிப்பட்டதாக இருக்க முடியும் என்னும் யோசனையுடனும் அமர்ந்திருந்தேன். எத்தனை நிராதரவான நிலைமையிலிருந்து இந்த வேண்டுகோள் வரக் கூடும் என்ற அதிர்ச்சி மட்டுமே எஞ்சியிருந்தது.

அவளைத் தைரியப்படுத்தும் எண்ணத்தோடும் தொடர்ச்சி யான அவள் பேச்சில் குறுக்கிட்டு அதை நிறுத்திவிட்டு அந்த இடத்திலிருந்து தப்பிச் சென்றுவிடும் நிர்ப்பந்தத்துடனும், ‘சரி நடந்தது நடந்து போச்சு. உன் குழந்தைக்காகவாவது நீ தைரியமா யிருக்கணும். நாங்கல்லாம் உனக்கு இல்லெ?’ அவளது மெலிந்த கையைப் பற்றி ஆறுதல் சொன்ன எனக்கே என் வார்த்தைகள் ஒப்புக்குச் சொல்லப்பட்டவையாகவே தெரிந்தன.

நான் சொன்ன ஆறுதல் வார்த்தைகளில் உணர்ந்த பாதுகாப்பை அனுபவித்துத் தன் கையை என் கைக்குள் மேலும் அழுத்தமாகப் பிணைத்துக்கொண்டாள்.

‘எனக்குத் தாய் தகப்பன் இல்லாத குறையை நீங்கதான் போக்கணும்.’ தனக்குள்ளாகச் சத்தமின்றி அழுதாள்.

‘ப்ச், சும்மாயிருங்கறேன் இல்லெ’ அவள் உள்ளங்கையை அழுத்திச் சமாதானப்படுத்தினேன்.

‘அந்தக் காருதான் அந்த மனுஷனுக்கு வெனையா இருந்துச்சு. மலையாளி முண்டை தேவுடியா என்னா மருந்து போட்டாளோ? அவ வீடே கெதியாக் கிடந்து, கடைசியில ஒரேயடியா போய்ச் சேர்ந்துட்டாரு. அவ வீட்டுக்குப் போறப் போதான ஆக்ஸிடெண்ட் ஆச்சு’ அழுகையினூடே ஆத்திரம் கொப்பளித்து வெடிக்கச் சுர்ரென மூக்கை உறிஞ்சி எச்சிலைக் கூட்டிப் புளிச்செனப் பக்கவாட்டுச் சுவற்றின் மீது துப்பினாள்.

'மலையாளி!' எனக்குப் பொட்டில் அடித்தாற்போலிருந்தது. அதற்கு மேல் எனக்குத் தெரிய வேண்டியது எதுவுமே யில்லாமல் போக, அதிர்ச்சியில் துடித்த இதயத்தைக் கட்டுப்படுத்தும் வழியறியாது மார்பின் மீது கைவைத்து அழுத்திக் கொண்டேன். அந்த நிமிடத்தில் எனக்கு ஏதேனும் ஆகிவிடுமோ என்னும் பயம் பிடித்துக்கொள்ள அப்படியே அசையாமல் உட்கார்ந்திருந்தேன்.

அதன் பிறகு எப்படி அவள் கையிலிருந்து என் கையை விடுவித்துக்கொண்டேன் என்பதோ வீடெங்கும் நிறைந்த பாத்திஹாவின் சப்தங்களோ சாம்பிராணி மணமோ எதுவுமே நினைவில் பதியாமல் கடந்துகொண்டிருக்க முதல் நாளைப் போன்றே நடுக்கமுற்ற பாதங்களை வீட்டை நோக்கி நகர்த்தினேன்.

அவனைப் பற்றிய நினைவுகளை இனி வெறுப்புடன் என்னால் அசைபோட முடியுமா என எனக்குத் தெரியவில்லை. அவன்மீதான என் பிரியத்தின் அளவு இனி குறைந்துவிடுமா? அவன் மரணம் குறித்த துக்கம் எனக்குள் இனி உலர்ந்தேவிடுமா?

வீட்டில் நேற்றுப் பாதி இரவில் ஒலிக்காத தொலைபேசி அமைதியாக என்னை எதிர்கொள்ள, இனி ஒரு நாளும் குரலில்லாத அந்த அழைப்பு வரப்போவதில்லை என்பது உறுதியாக அழுவதற்கான வேட்கை எனக்குள் பெருகியது.

விளிம்பு

நீண்ட திட்டமிடலுக்குப் பிறகு உறுதிசெய்யப்பட்ட பயணம் தொடங்க வேண்டிய நேரம் நெருங்கிக்கொண்டிருந்தது. கல்வாசலில் நின்று அம்மாவிடம் பேசியவாறே புர்காவை அணிந்துகொண்டிருந்தவளைப் பார்த்து, 'எந்தங்கம், ஒனக்கு எப்டித்தான் இம்புட்டுப் பொறுமையக் குடுத்தானோ அந்த அல்லா! நீ நூறு வயசுக்கு நல்லா யிருக்கணும்' வாழ்த்திய அம்மாவின் கண்கள் பனித்திருந்தன.

'அட ஏம்மா நீ இதெல்லாம் பேசிக்கிட்டு' என்றாள்.

'அதில்லம்மா, இந்தக் கிழடுகளக் கட்டியழுகுற வேல சாமான்யமானதா? நான் செய்ய வேண்டியது. நீ கெடந்து கஷ்டப்படுற. அல்லா ஒனக்குக் குடுத்த பொறுமைய எனக்குக் குடுத்திருக்கக் கூடாதா? எடுக்கு முன்ன கோபமுல்ல வருது' தன்னைத்தானே கடிந்து அம்மா கல்வாசலில் கிடந்த கல்லுரலின் மீதமர்ந்தாள்.

'கோபம் . . . ஒனக்குத்தானே? ஆனா காட்ட வேண்டிய எடம் மட்டும் மாறிப்போயிரும் இல்ல?'

இவள் குரலில் தெரிந்த குத்தல் அம்மாவைக் கலவரப் படுத்தியிருக்க வேண்டும். தொட்டால் சுருங்கிச் செடி போல நொடியில் முகம் சுருங்கியது.

தன் தரப்பு நியாயத்தை மகளுக்குப் புரியவைக்கும் தவிப்பு அம்மாவின் முகத்தில் தெரிந்தது. முந்தானையை எடுத்து முகத்தைத் துடைப்பதுபோலப் பாவனை செய்து, ‘என்னைய என்னா செய்யச் சொல்லுற? அந்தக் கெழவி செய்ற காரியத்தை நீ பாத்துக்கிட்டுத்தான இருக்க?’

‘ஏன் அத்தா மட்டும் . . . அவருகிட்ட காட்டுறது உன் கோபத்தை . . . அவரு பின்னால பணிக்கத்தத் தூக்கிக்கிட்டுத் திரிவியே . . ?’ தன் வார்த்தைகளில் தெறித்த வெறுப்பு இவளுக்கே புரியச் சட்டென நிதானம் கொண்டாள்.

‘இது என்ன முட்டாள்தனம்?’ என மனத்திற்குள் கடிந்து கொண்டு, ‘சரி விடு. சும்மாதான் வம்புக்கிழுத்தேன். வரட்டுமா’ முகத்தில் புன்சிரிப்பு தவழ வீட்டைவிட்டு வெளியே வந்தாள். அம்மா தன்னைப் பின்தொடர்ந்து வந்தாளா எனப் பதற்றத்தில் திரும்பிப் பார்த்துக்கொண்டாள்.

வீட்டுக்கு முன்னால் படர்ந்திருந்த அதிகாலை வெயிலில் நின்றுகொண்டிருந்த காரின் அருகில் தன் மாத்திரைப் பையைக் கக்கத்தில் இடுக்கி நின்றுகொண்டிருந்தாள் நன்னி. அவள் காத்திருந்தது தனக்காக என்னும் விவரம் புரியாமல், ‘உம் ஏறுங்க சீக்கிரம் . . . வெயிலடிக்குதுல்ல?’ அக்கறையுடன் ஒலித்த குரல் தன்னுடையதா என இவளுக்கே சந்தேகம் உண்டாயிற்று. சற்றுமுன் அம்மாவிடம் கடுகடுத்த குரலுக்கு இத்தனை குழைவு எப்படி வந்தது! அம்மாவிடம் நடந்துகொண்ட விதம் குறித்த குற்றவுணர்வு தலைதூக்கியது.

அளவற்ற வருத்தத்துடன் காரின் முன்புறக் கதவை அழுத்தித் திறந்து உட்காரப் போனவளை, ‘நீ இங்க வந்து ஒக்காரு. அப்புறமா நான் ஏறுறேன்’ தடுத்த நன்னியின் குரல் இவளை நிதானிக்கச் செய்தது.

நன்னியின் குறுக்கிடலுக்குக் காரணம் புரியாது அவள் முகத்தை உற்றுக் கவனித்து ஏன் என்னும் கேள்வியைக் கண்களாலேயே எழுப்பினாள். பதற்றத்தை அணிந்துகொண்டிருந்த அந்த வயோதிக முகம் தன் விருப்பத்தை இவள் பூர்த்திசெய்யக் கட்டளை ஏந்தியிருந்தது.

அதை ஏற்றுக்கொள்ளும் விருப்பமின்றி, ‘ஏன் இங்கெ முன்சீட்டு காலியாத்தான இருக்கு?’ என இவள் முணுமுணுத்தாள்.

இவள் பதில் தந்த எரிச்சல் குரலில் தொனிக்க, ‘ப்சு . . . வாங்கறேன்ல’ நன்னி அதட்டினாள்.

அவள் குரலில் வெளிப்பட்ட கடுமையின் விநோதத் தன்மையை யோசித்துப் பதிலேதும் சொல்லாமல் முன்புறக் கதவை அறைந்து சாத்திவிட்டுப் பின்னுக்கு வந்து உள்ளே ஏற்கனவே அமர்ந்திருந்த ராதியின் அருகே உட்கார்ந்தாள். இவள் உட்கார்வதற்காகவே காத்திருந்தவளாகச் சட்டெனக் காரில் ஏறி நன்னி இவளருகே உட்கார்ந்தாள். அவள் முகம் வெற்றிப் புன்னகையைச் சிந்தியது. அதற்குப் பின்னணியில் தான் மாட்டிக்கொண்ட சிக்கல் எத்தகையது எனப் புரிந் தாலும் எல்லாம் தெரிந்ததுதானே என இவள் அலட்சியப் படுத்தினாள்.

வீட்டு வராண்டாவின் ஓரமாக நின்று இவர்கள் ஏறட்டு மெனக் காத்துக்கொண்டிருந்த சச்சா, 'என்ன பொறப்படலாமா?' எனக் கேட்டுப் பதிலை எதிர்பார்க்காமல் வந்து டிரைவர் சீட்டில் அமர்ந்து காரைக் கிளப்பினார். அம்மா வெளியில் வராதது இவளுக்கு மனவருத்தத்தை உண்டாக்கியது. தன் பேச்சு அம்மாவைக் காயப்படுத்தியிருக்கும் என்பது துக்கத்தை ஏற்படுத்தியது.

சாலையின் வழுவழுப்பில் கார் அலுங்காமல் சென்றது. ராதிக்கும் நன்னிக்கும் இடையே உட்கார்ந்துகொண்டிருந்த தில் மிகவும் அசௌகர்யமாக உணர்ந்தவள், முன்புறம் காலியாகக் கிடந்த இருக்கையை ஏக்கத்துடன் பார்த்துக் கொண்டாள்.

ராதிக்கு நல்ல தாட்டியான உடல்வாகு. வீங்கியிருந்த கால்களை நன்றாக அகட்டிப் பாதி சீட்டை ஆக்கிரமித்திருந் தாள். இருவருக்கிடையே ஒடுங்கியிருந்த இவள் இன்று முழுக்க இவர்களிருவரையும் எப்படிச் சமாளிப்பது என்பது குறித்துத் தீவிரமாக யோசிக்க ஆரம்பித்தாள்.

அவர்களிருவரையும் ஒன்றாக ஓர் இடத்திற்கு அழைத்துச் செல்வதில் உள்ள சிக்கல்கள் தெரிந்ததுதான் என்றாலும் அது இந்த அளவுக்கு மோசமானதாக இருக்கும் என்பதைக் கணிக்கத் தவறியது தன் தவறென நினைத்தவள் தன்னைத் தானே மனத்திற்குள் கடிந்துகொண்டாள். பொறியில் சிக்கிய எலியாகத் தன்னைக் கற்பித்துக்கொண்டவளால் அதை ரசிக்க முடியவில்லை.

நேற்று இந்தப் பயணம் குறித்துத் திட்டமிடப்பட்ட உடனேயே நன்னி இவளிடம் தனியே வந்து எச்சரித்திருந்தாள்.

'இந்தா பாரு, காருக்குள்ள அந்தப் பொம்பளய தொண தொணன்னு பேசவிடக் கூடாது. அப்புறம் அவ பக்கத்துல

என்னைய ஒக்காரவிடக் கூடாது. குளிக்காம அவ ஒடம்பே நாத்தம் புடிச்சுக்கெடக்கும். அப்புறம் ஏ.ஸி. போடக் கூடாது. அந்தப் பொம்பள குசுவிட்டுக்கிட்டே இருப்பா. சன்னல மூடிவச்சாக் குடலைப் புரட்டும்.'

எத்தனை பெரிய கவலைகள்? இவற்றை எத்தனை நாட்களாக யோசித்துக்கொண்டிருந்தாளோ என நினைத்தவளுக்கு வேதனைதான் மிஞ்சியது. என்றாலும் நன்னியின் குணாதிசயங்களைத் தெளிவாகவே அறிந்துவைத்திருந்ததால் அவளது எச்சரிக்கைகள் அத்தனை விசித்திரமாகப் படவில்லை.

ராதி வாரத்தில் இரண்டு நாட்கள் குளித்தாலே அதிசயம் தான். அடிக்கடி குளித்தால் சளி பிடிக்கும் என்பது அவள் நம்பிக்கை. அதைப் போக்க வீட்டிலுள்ளவர்கள் எடுத்துக் கொண்ட முயற்சிகள் எல்லாமே வீணாகப்போயின. நன்னியோ நேரெதிர். ஒரு நாள் முழுக்கத் தன்னுடன் இருப்பவர்களை அழுக்கானவர்களாக உணரவைக்க அவளால் முடியும்.

தன் ஒரு நாளையப் பொழுதில் முக்கால்வாசியைக் குளியலறையில் கழிக்கும் அவளது அக்கிரமத்தைக் காண யாருக்குமே சகிக்காது. அதைப் பொறுத்துக்கொள்ள இயலாத போதெல்லாம் ராதி இவளிடம் அலுத்துக்கொள்வாள். 'இந்த மாதிரி நான் தண்ணியப் பொழங்கட்டும், ஒங்கம்மாக்காரி என்னைய சுட்டுப்புடுவா. எல்லாம் என் நஸீபு.'

உண்மைதான். நன்னியின் நடவடிக்கைகள் பார்ப்பவர்களுக்குப் பெரும் துன்பத்தைத் தரக்கூடியவையாக மாறிவிட்டிருந்தன. காலையில் பல் துலக்கி முகம் கழுவ மட்டும் சரியாக அரை மணிநேரம் அவளுக்குத் தேவைப்படும். பிறகு ஒன்பது மணிக்குக் குளியல் ஆரம்பித்தால் இரண்டரை மணி நேரம். ஒவ்வொரு நேரத் தொழுகைக்கும் ஒலுசெய்வதற்கு ஒவ்வொரு மணிநேரம்.

கடந்த சில வருடங்களாகவே இப்படித்தான் அவளது நேரம் முழுக்கத் தண்ணீரோடு கழிந்துகொண்டிருந்தது. ஒருமுறை டாக்டரிடம் ஆலோசிக்கலாம் என இவள் அழைத்தபோது நன்னி, 'ஏன் என்னைய கிறுக்குன்னு சொல்றியா? அதெல்லாம் முடியாது. வேணுமுனா ஒங்க ராதியக் கொண்டு போயி லூஸ் டாக்டர்கிட்டக் காட்டிக்க' என்று சொல்லிவிட்டாள்.

ஒவ்வொருமுறையும் நன்னி பாத்ரூமுக்குள் போய்விட்டு வெளியில் வரும் நேரம் இவளுக்குத் தீராத வியப்பேற்படும். பாத்ரூமுக்குள் நுழையும்போது கடிகாரத்தைப் பாத்துவிட்டுத் தான் செல்வாள் என்றாலும், வெளியில் வரும் நேரத்தை

எவ்விதம் கணக்கிடுவாள்? நேர அளவைக் கூடாமல் குறையா மல் கையாளுவது அவளுக்கு எவ்விதம் சாத்தியமாகிறது?

பாத்ரூமுக்குள்ளிருக்கும்போது கதவை முழுவதுமாக மூடாமல் ஒருக்களித்து வைத்துக்கொள்வதுதான் நன்னிக்கு வழக்கம். குளிக்கும்போது வெளியில் நடமாடுபவர்களுக்கு அவளை நன்றாகவே பார்க்க முடியும். அதைப் பற்றிய கவலை அவளுக்குத் துளிக்கூடக் கிடையாது.

'கதவை மூடித் தாழ்ப்பா போட்டுக்கக் கூடாதா?' என முணுமுணுக்கும் அம்மாவிடம் 'அது என்னாத்துக்கு, மூச்சு முட்டுமுல்ல? இங்கெ பின்வாசப் பக்கம் யாரு வரப் போறாக?' என்று நன்னி அலட்சியமாகப் பதில் சொல்வாள்.

நன்னி குளிப்பதை ஒரு நாளாவது வெளியிலிருந்து கவனிக்க வேண்டும் என்பது இவளது நீண்ட நாள் ஆசை.

ஆனால் அதற்கான பொறுமை இவளுக்கு இல்லை என்ப தால் ஒலு செய்வதையாவது பார்க்கலாம் என ஒரு நாள் அவள் வருவதற்கு முன் குறிப்பிட்ட நேரத்திற்கு முன்பாகவே மடியிலிட்ட உதிரிப் பூக்களோடு பாத்ரூமுக்கெதிராகக் கிடந்த ஆட்டுரலின் மீது உட்கார்ந்துகொண்டாள். பின்மாலை வெயில் கொல்லைப்புறச் சுவர்மீது சரிந்துகொண்டிருந்தது.

சரியாக நான்கு மணிக்குப் பாத்ரூம் போவதற்காக நன்னி வந்தாள். வழக்கத்திற்கு மாறாக இவள் அமர்ந்திருந்ததைப் பார்த்து லேசான புன்முறுவல் ஒன்றைச் சிந்தினாள். 'அஸருக்கு ஒலு செய்யப்போறேன்' சொல்லி உள்ளே நுழைந்து கதவை ஒருக்களித்துச் சாத்தினாள். அவள் கதவைச் சாத்தும் கோணம் கூட எப்போதும் ஒரே மாதிரித்தான் இருக்கும். நன்னி அஸர் தொழுகுமுன் ஒருமுறை பல் துலக்குவாள்.

இவள் பூக்களைத் தொடுத்துக்கொண்டே ரகசியமாக நோட்டமிட்டாள். தண்ணீர் திமுதிமுவென விழுந்து நிறைந்த வாளியை நன்னி சடாரெனச் சாய்த்துத் தண்ணீரை ஓட விட்டாள். அவள் வாளியைச் சுத்தம்செய்ததை இவளால் ஓரளவுக்கு யூகிக்க முடிந்தது. குழாயிலிருந்து கொட்டிய நீர் மறுபடியும் வாளியை நிரப்ப, குத்தவைத்தமர்ந்து சிறுநீர் கழித்தாள். ஒருக்களித்த கதவின் வழியே அவள் புட்டங்கள் தெரிய, இவள் சங்கடத்துடன் தலையைக் குனிந்துகொண்டாள்.

தண்ணீரின் சடசட ஒலி ஓயாத ஓசையாக மாறிக்கொண் டிருந்தது. நன்னி குவளையில் நீரை மொண்டு மொண்டு தன் தொடைகளுக்கு நடுவே ஊற்றிக் கழுவ ஆரம்பிக்க,

சாபம்

இவள் எண்ணத் தொடங்கினாள். ஒன்று இரண்டு மூன்று . . . அசராத இயக்கம் நன்னியுடையது. 58, 59, 60 . . . ஒருவழியாக நன்னி எழுந்து நின்றாள்.

மறுபடியும் இரும்பு வாளியில் பிளாஸ்டிக் குவளை மோதிய சத்தம். நன்னி ஒலு செய்யத் தொடங்கினாள். முகத்தி லும் கைகளிலும் தண்ணீரை வாரிவாரி இறைத்த சப்தம் கேட்டது. கைகளை அழுத்தி அழுத்தித் தேய்த்ததை வளையல் கள் மோதும் ஒலி உறுதிப்படுத்தியது. அப்படி என்னதான் அழுக்கு இருக்கப்போகிறதோ அந்த உடம்பில் என்னும் வியப்பு கிளைவிட நன்னியின் மீது கோபம் வருவதற்குப் பதில் கருணை சுரந்தது. நாளின் மிகப் பெரும்பாலான நேரத்தைப் பாத்ரூமுக் குள் கழிக்கும் அவள்மீது எல்லையற்ற அன்பு பெருகியது. பாத்ரூமுக்குள்ளிருந்து தண்ணீரின் ஓசை இடையறாது கேட்டுக் கொண்டிருந்தது.

தொடுக்கப்படாமல் இவள் விரல்களுக்கிடையே மல்லிகைப் பூக்கள் கசங்கிக்கொண்டிருந்தன. வெளியே வந்த நன்னியின் முகம் கனிந்த பழமெனத் தளர்ந்திருந்தது. இவளைப் பார்த்து மிருதுவாகச் சிரித்துக்கொண்டே தன் அறையை நோக்கிச் சென்றாள். தண்ணீரில் ஊறி வெளுத்த பாதங்களை மென்மை யாகத் தரையில் பதித்துப் பறவையின் நடையைப் போல அதிராமல் நடந்தாள். நன்னியின் அறை எப்போதும் அவளை மட்டுமே ஏற்றுக்கொள்ளும். வேறு யாரையும் அது அனுமதித்து இவள் பார்த்ததேயில்லை. ஒருமுறை வேண்டுமென்றே நன்னி யின் அறைக்குள் இவள் நுழைந்தபோது இவளை மறுக்கவும் முடியாமல் வரவேற்கவும் முடியாமல் நன்னி பட்ட தவிப்பு இவளுக்கு நினைவு வந்தது.

‘வா ஜஸி’ அரைகுறை மனத்தோடு வரவேற்றவள், ‘இந்த சேர்ல ஒக்காரு’ என அவசரமாக வயர் சேரொன்றை இவளெதிரே நகர்த்தினாள். இவள் மெத்தைமீது உட்கார்ந்துவிடுவாளோ என்ற பதற்றம் குரலில் தெளிவாகத் தெரிந்தது..

வீட்டிலேயே அந்த அறைதான் சின்னஞ்சிறியது. ஒரு கட்டில், ஒரு பீரோ, ஒரு சேர். இவை போக மிச்சமிருக்கும் துண்டு இடம் தொழுகைக்கு முசல்லா விரிப்பதற்கு மட்டும் போதுமானதாயிருக்கும். மெத்தைக்கு மேலாக உள்ள இரும்பு வளையத்தில் கட்டப்பட்டு, இவள் தலைக்கு மேலாக இருந்த ஜன்னல் கம்பியோடு கொடிக்கயிறு இணைக்கப்பட்டிருந்தது. வாயில் சேலையொன்று துண்டு துண்டாகக் கிழிக்கப்பட்டுச் சுருட்டிச் சுருட்டி ஜன்னல் கம்பிகளுக்கு ஊடான சந்துகளில் சொருகப்பட்டிருந்தது. அவை ஒவ்வொன்றும் தனித் தனிப்

பயன்பாடுகளுக்கு உரியவை என இவளுக்குத் தெரியும். ஒன்று மூக்கைச் சுத்தம் செய்ய, மற்றொன்று காதுகளைத் துடைக்க, இன்னொன்று கைகளைத் துடைக்க, மேலும் ஒன்று பாதங் களை மட்டும் துடைக்க. ஒவ்வொன்றும் தனித் தனி சந்துகளுக் குள் சொருகப்பட்டிருந்தது.

இந்த வீடு கட்டி ஐந்து ஆண்டுகளுக்கும் மேலானாலும் நேற்றுத்தான் கட்டி வந்ததுபோலச் சுவர்களும் தரையும் பளிச் சென்றிருந்தன. இவள் பார்வையைச் சங்கடத்துடன் எதிர் கொண்ட நன்னிக்கு இருப்புக்கொள்ள முடியாத தவிப்பு கூடிக்கொண்டேயிருந்தது. இவள் தலைக்கு மேல் கொடியில் தொங்கிக்கொண்டிருந்த குற்றாலம் துண்டின் விளிம்பு ஃபேன் காற்றில் அசைய, அது இவள் தலையில் உரசிவிடுமோ எனப் பதற்றம் கூடிய முகத்தோடு அவசரமாக முன்நகர்ந்து அதைக் கொடியின் ஓரத்திற்கு நகர்த்திவிட்டு இவளைப் பார்த்துச் சிரித்தாள்.

அவள் சங்கடத்தை அறிந்துகொள்ளாதவளாகத் தன்னைக் காட்டிக்கொள்ளும் பொருட்டு இவள் அறையின் ஒழுங்கைச் சுற்றுமுற்றும் பார்த்துக்கொண்டாள்.

இவள் பார்வையின் அர்த்தம் விளங்காமல், 'என்னாது புதுசா பாக்குற மாதிரி பாக்குற? ஒங்க வீடுதான இது' வெற்றிலைக்கறை படிந்த பற்கள் தெரியச் சிரித்தாலும் அவள் பார்வை தரையில் பதிந்திருந்த இவள் பாதங்களின் மீதிருந்தது. அவை அழுக்காக இருக்கின்றனவோ எனப் பதற்றத்துடன் உற்றுக் கவனித்து ஒரு முடிவுக்கும் வர இயலாத துன்பத்தில் நன்னி ஆழ்ந்துகொண்டிருந்தாள்.

தான் அந்த அறையைவிட்டுப் போகும் நிமிடத்திற்காகக் காத்திருந்த விதத்தையும் ஓரிரு நிமிடங்களில் அழுக்குப் பிடித்த பரதேசியாகத் தன்னைத்தானே உணரவைத்ததையும் நினைத்து நன்னியின் மீது முளைவிட்டது கோபமா பரிதாபமாவெனப் புரியாமல் இவள் குழம்பினாள். பிறகு நீண்ட மௌனத்தி லிருந்து விடுபட்டு, 'ஏன் பாத்தாக்க என்னவாம்?' செல்லமாகச் சிணுங்கி அச்சூழலை இயல்பாக்க முயன்றாள்.

'பாரு. நல்லாவே பாரு . . . ஒங்க வீட்ட நீ பாக்கறதுக்கு என்னா?' என்று சொல்லிய நன்னி படுக்கையின் மீது உட்கார்ந் தாள். அவள் உட்கார்ந்த விதம் படுக்கைக்கு வலிக்கும் போன்ற பாவனை இருந்தது. துளி சுருக்கமேதுமின்றித் தெரிந்த படுக்கை விரிப்பின் வெண்மை மனசுக்கு உவப்பூட்டியது. படுக்கையின் மையப்பகுதியில் விரிந்த நிலையில் குப்புறக்கிடந்தது நர்கிஸ்

மாத இதழ். ராதிக்குத்தான் படிக்கப் பிடிக்காது. நன்னி நிறையப் படிப்பாள். இஸ்லாமியப் பத்திரிகைகளோடு *ராணி*, *கல்கண்டு*, சிறுவர் புத்தகங்கள் என ஒன்றையும் விடமாட்டாள்.

இவள் பார்வை தலையணைக்குப் பக்கவாட்டில் விரிக்கப் பட்டிருந்த துண்டுக் காகிதத்தின் மீதும் அதில் மடித்துவைக்கப் பட்டிருந்த துண்டுத் துணியின் மீதும் படிந்தது. அது எதற்காக வென்னும் யோசனையுடன் அதையே உற்றுநோக்கியவளிடம், ‘அந்தத் துணி வேர்வயத் தொடைக்கிறதுக்கு. துணிய பெட்ல வைக்கப் பிடிக்காம பேப்பர்மேல வச்சிருக்கேன். பெட்ஷீட் அழுக்காயிரும் இல்ல’ என்று நன்னி தன்னிச்சையாக விளக்கினாள்.

அதற்கு மேல் அங்கே அமர்ந்திருக்கும் மனத்தைரியம் இல்லாதவளாக இவள் வெளியே வந்தாள். அன்று மாலை தம்பி இவளிடம் கேட்டான், ‘ஏண்டி ஒனக்கு இந்த வேலை? நீ ரூமுலிருந்து வந்த பெறகு, நீ ஒக்காந்திருந்த அந்தச் சேர ஒரு மணிநேரமா தண்ணி ஊத்திக் கழுவினதப் பாத்தியா? நாங்கல்லாம் அந்த ரூமுக்குள்ள போறமா? நீ என்னத்துக்குப் போயி அவமானப்படுற?’ அவனது கேலி கடும் வேதனைக் குள்ளாக்க, மறுநாள் அடுப்படியில் காய் நறுக்கிக்கொண்டிருந்த அம்மாவிடம், ‘அம்மா அவசியம் டாக்டர்கிட்டதான் காட்டணும். என்ன பண்ணலாம்?’ கவலையுடன் கேட்டாள்.

‘எனக்கொன்னும் தெரியாது. இந்தச் சனியனையெல்லாம் நீ பாத்துக்க. இந்தப் பொம்பளயால மாசம் ஆயிரம் ரூபா மோட்டாருக்குக் கரண்டு பில்லு வருது. இது இப்புடின்னா ஒங்க ராதிக் கெழுவி வாரத்துல ஒரு நா குளிக்கிறது கஷ்டம். இருக்கற எடமே நாறுது. எல்லாம் எந்தலை நஸீபு. அதோட இந்தப் பொம்பள பாத்ரூமுக்குள்ள போன நிமிஷத்திலிருந்து ஒங்க ராதி செய்யிற அட்டகாசம் இருக்கே, அஞ்சு நிமிஷத்துக் கொரு தடவ “அல்லாவே மூத்தரம் நெருக்குதே! என்னா செய்வேன்?”னு சொல்லிக்கிட்டு ஹாலுக்கும் பாத்ரூமுக்குமா நடந்து என்னையக் கொல்லும். பாதி நாள் வேணுமின்னே இது நடக்கும்.’ அம்மாவின் வேதனை இவள் மனசைப் பிசைந்தது.

நினைவுகளிலிருந்து விடுபட்டவள் திறந்திருந்த கண்ணாடிக் கதவு வழியே ஓடிக்கொண்டிருந்த மரங்களையும் முகத்தில் வீசிய காற்றையும் கவனமின்றி எதிர்கொண்டாள். இன்னும் எவ்வளவு நேரம் இப்படி முடியைக் கைகளால் ஒதுக்கிக் கொண்டேயிருக்க வேண்டுமோ என யோசித்தவளுக்கு அலுப்பாக இருந்தது. ஊர் போய்ச் சேரும்போது தலை

முழுவதுமாகக் கலைந்து தோற்றமே மாறிவிடலாம் என்ற கவலையோடு ஒரு முடிவுக்கு வந்தவளாக, 'ஜன்னல் கதவ அடச்சிட்டு ஏ.ஸி. போடுங்க சச்சா' என்றாள்.

'என்ன சொன்னம்மா, ஏஸியா?' என்று பின்புறமாகத் தலை திருப்பிக் கேட்ட சச்சாவின் முகம் இவள் அமர்ந்திருந்த நிலையைப் பார்த்து அதிருப்தியுற்றுச் சுருங்கியது.

'முன்சீட்டு காலியாக் கெடக்கயில ஏன் இத்தன எடஞ்சல்ல ஒக்காந்துக்கிட்டு வர்ற?' என்றார்.

'இல்லயே நல்லாதான ஒக்காந்துருக்கேன்' அவசரமாக மறுத்தவளுக்கு அப்படிச் சொன்னதில் துளி நியாயமாவது இருந்திருந்தால் பரவாயில்லை எனத் தோன்றியது.

நன்னியின் முகத்தில் தன் கட்டளையை மீறி ஏ.ஸி. போடச் சொல்லிய இவள்மீதான அதிருப்தி தெளிவாகவே தெரிந்ததைக் கடைக்கண்ணால் பார்த்துத் தனக்குள்ளேயே சிரித்துக் கொண்டாள்.

ஏ.ஸி. ஓடத் தொடங்கிய சில நிமிடங்களிலேயே ராதி அதன் குளுமையை அனுபவிக்க, நன்னி ஆழமான யோசனையில் ஆழ்ந்திருந்தாள். அது நிச்சயம் சரியானதாக இருக்காது என்பது இவளுக்குத் தெரியும் என்பதால் ஏ.ஸி. ஓட வேண்டிய தன் அவசியத்தை வலியுறுத்தும் பொருட்டாக, 'நல்ல வெயில் இல்ல? இந்தப் புரட்டாசியிலகூட இந்த வாங்கு வாங்குது' என்றாள். அதை யாரை நோக்கிச் சொல்வது எனப் பிடிபடாத காரணத்தால் பொதுவாகச் சொல்லி முடித்தாள். இவள் குரல் ஓய்ந்த மறுநொடியே அத்தனை நேரமாகக் கண்மூடி மௌனமாயிருந்த ராதி அவசரமாகக் கண் திறந்து, 'ஆமாமா. காலங் கெட்டுப் போச்சு. எந்த நாளயில வெயிலடிக்கணும் எந்த நாளயில மழ பெய்யணுங்கற கணக்கெல்லாம் மாறிப்போச்சு. எல்லாந் தலைகீழா ஆயிடுச்சு. கியாமத் நாளு நெருங்கிருச்சோ என்னமோ? வயசான மனுஷிய வாட்டியில்ல எடுக்குது பாழாப் போன வெயிலு.'

ராதியின் வார்த்தைகள் அருவியின் தன்மையோடு காருக்குள் பெருகி ஓடின. இனி அவற்றைத் தடுப்பதற்கான முயற்சிகளை மேற்கொள்ள வேண்டிய கவலை இவளைத் தொற்றிக்கொண்டது.

நன்னியின் மூப்படைந்த நீள்சதுர முகம் அடைந்து கொண்டிருந்த மாற்றத்தைப் பார்க்க விரும்பினாலும் அதை

எதிர்கொள்ளும் தைரியம் இல்லாததால் அமைதியாகவே அவள் தொணதொணப்பை ஜீரணிக்க முயன்றாள். மறுபடியும் அம்மாவின் நினைவு வந்தது.

அதிகமாகக் கடிந்துகொண்டுவிட்டோமோ என யோசித்தாள். பாவம் அவளால் எப்படிக் கணவனிடம் கோபத்தைக் காட்ட முடியும்? அல்லா பாவத்தை எழுத மாட்டானா? அதனால்தான் அதை மற்றவர்களிடம் காட்டுகிறாள். அவளது பெரும்பாலான கோபங்கள் ராதியின் மீதுதான் திரும்பும். அதற்குச் சரியான காரணங்களும் இருக்கும். இவளுக்கு நினைவு தெரிந்த நாளிலிருந்தே தினமும் லுஹர் தொழுத கையோடு அத்தா சாப்பிட வந்துவிடுவார். அவர் வீட்டில் உள்ளே நுழையும் போதே ‘சாப்பாடு, வச்சாச்சா?’ என்று கேட்டுக்கொண்டே வந்துதான் இவள் பார்த்திருந்தாள்.

அம்மாவும் ஹாலுக்கும் அடுப்படிக்குமாக அந்த நேரத்தில் பறந்துகொண்டிருப்பாள். குழந்தையைப் போல ஓடி ஓடிச் சாப்பாடு எடுத்துவைப்பாள். சில நாட்களில் ஸ்டவ் அடுப்பு அவளது அவசரத்திற்கு ஈடுகொடுக்காமல் போய்விடும். அந்த நேரங்களில் அவசரமாகச் சாப்பிட ஆரம்பிப்பவரைப் பார்த்து முகத்தைப் பரிதாபமாக வைத்துக்கொண்டு ‘ஏங்க கொஞ்சம் பொறுத்துச் சாப்புடுங்க, இந்தா முட்டை வேகுது’ என்று கெஞ்சுவாள்.

அவரும் அதை ஏற்றுக்கொள்ளத் தயாராகும் வேளை, ராதி குறுக்கிட்டு முனகுவாள். ‘ஆம்பள எத்தன மணிக்கு வருவான்னு தெரியாது பொட்டச்சிக்கி? ரெடியா வக்கிறதில்ல? அம்பூட்டு அக்கற.’

அவ்வளவுதான். அத்தா சாப்பாட்டுத் தட்டைச் சோற்றோடு எடுத்து லாவகமாக ஹாலில் விசிறியடிப்பார். ‘பொம்பளக்கிப் பயம் இருந்தாத்தான?’ பற்களை நறநறவெனக் கடித்தபடியே அவர் வீட்டைவிட்டு வெளியேற அம்மா ‘என்னங்க, என்னங்க’ என்று வெளித்திண்ணைவரைக்கும் துரத்திச் சென்று ஏமாற்றத்துடன் திரும்புவாள். அதன் பிறகு அவளது மொத்தக் கோபமும் ராதிமீது திரும்பும்.

‘கெழட்டு முண்ட, ஆம்பளயச் சாப்பிடவிடாம தொரத்திட்ட இல்ல? நிம்மதியா இரு. நீ மட்டும் நல்லாக் கொட்டிக்க.’

‘நான் என்னா அவனச் சாப்புட வேணான்னா சொன்னேன்?’ என ராதி அரற்றத் தொடங்குவாள்.

நினைவுகளின் பளு தாங்க முடியாததாக மாறக் கண்களைத் திறந்து கையை உயர்த்திக் கைக்கடிகாரத்தைப் பார்த்தாள். இன்னும் இரண்டு மணிநேரமாவது பயணம் செய்ய வேண்டும். அலுப்பாக உணர்ந்தாள். டாக்டரிடம் ஏற்கனவே அப்பாயிண்ட் மெண்ட் வாங்கியிருப்பதால் உடனேயே திரும்பிவிடலாம் என்னும் நிம்மதி இருந்தாலும் ஒரு பிரச்சினையுமில்லாமல் ஊர் போய்ச் சேர வேண்டுமே என்னும் கவலை கூடிக் கொண்டிருந்தது. நிமிடங்கள் ஊர்ந்துகொண்டிருந்தன. இன்னும் கொஞ்சம் வேகத்தை அதிகப்படுத்தலாம் என யோசித்தாள். அதைச் செயல்படுத்துவதற்கு ஏதேனும் தடை வரக்கூடுமோ என்னவோ?

திடீரென இவளது வலது பக்க இடுப்பில் நன்னியின் ஆட்காட்டி விரல் குத்தியது. யோசனையிலிருந்து விடுபட்டவ ளாக அவள் பக்கம் திரும்பி 'என்ன?' என்றாள்.

'ஏ.ஸிய அமத்தச் சொல்லமாட்ட?' இவள் காதுக்கருகே ராதிக்குத் தெரியாமல் ரகசியமாகக் கடுகடுத்தவள் பதிலை எதிர்பார்க்காமலேயே மறுபடியும் இரண்டுமுறை இடுப்பில் குத்தினாள்.

இவள் அவசரமாக ராதியின் பக்கம் திரும்பிப் பார்த்தாள். அவள் கண் மூடிச் சாய்ந்திருந்தது போதுமானதாயிருந்தது. மறுபடியும் நன்னியின் பக்கம் திருப்பிக் கண்களாலேயே அவளை அமைதிப்படுத்துபவள்போல, 'சச்சா ஏஸி போதும் நிறுத்திருங்க. கொஞ்ச நேரம் ஜன்னலைத் தொறந்து வச்சுக்க லாம்' என்றாள். நன்னியின் விருப்பப்படிதான் அது நடந்தது என்னும் விவரம் ராதிக்குத் தெரிந்துவிடக் கூடாது என மனத்திற்குள் ஆண்டவனைப் பிரார்த்தித்துக்கொண்டாள். சச்சாவுக்கே இவள் சொன்னது குழப்பமாக இருந்திருக்க வேண்டும். சற்றுமுன் வெயிலின் கொடுமையைப் பற்றிச் சொன்னவளுக்கு இப்போது என்ன வந்தது என்பதுபோலத் திரும்பி இவளைப் பார்த்துவிட்டுப் பதிலேதும் சொல்லாமல் ஏஸியை அணைத்துவிட்டு ஜன்னல் கதவுகளை இறக்கிவிட்டார்.

மறந்தும்கூட ராதியின் பக்கம் திரும்பிவிடக் கூடாது என்ற முடிவுடன் கண்களை இறுக மூடி இருக்கையின் மீது சாய்ந்துகொண்டாள்.

'ரெண்டு பேரையும் ஒரே கார்ல கூட்டிப் போறது கஷ்டம் தான். இருந்தாலும் தனித்தனியா கூட்டிட்டுப் போனா ரெண்டு செலவு. வீண் அலைச்சல் வேற, எப்படியாவது சமாளிச்சுக்க' அம்மாவின் குரல் காதில் ஒலித்தது.

‘உஸ், வலி தாங்கலையே, டாக்டர் எத்தன மணிக்கு வரச் சொன்னாரு’ வீங்கிய கால்களை அகட்டியபடி ராதி கேட்டாள். ‘கொஞ்சம் வேகமாப் போத்தா எனக்குக் குடல வேற புரட்டிக்கிட்டுருக்குது, கால் வலி வேற உசுர் போறாப்புல இருக்கு’ ராதி மகனிடம் புலம்பினாள்.

அவள் வேதனையைப் புரிந்துகொண்டு காரின் வேகத்தைக் கூட்டிய சச்சா கவலையில் ஆழ்ந்ததைக் கண்ணாடியில் பிரதிபலித்த முகம் இவளுக்கு உணர்த்தியது.

சில நாட்களாகவே நீர் போகாமல் ராதி கஷ்டப்பட்டாள். இரவெல்லாம் வாந்தி வேறு எடுத்துக்கொண்டிருந்தாள். கால்கள் மட்டுமல்லாமல் உடம்பே ஒரு விதமான விறைப்புத் தன்மையோடிருந்தது. உப்பிப் பெருத்த வயிறு பார்ப்பதற்கே கஷ்டமாக இருந்தது.

வேகமெடுத்த கார் காற்றின் சீற்றத்தை உட்புறத்தில் உணரத் தந்தது. நன்னி, ராதியின் தலை முக்காடுகளைக் கீழே தள்ளியது. ராதி அதைப் பொருட்படுத்தாதிருக்க, நன்னியின் கைகள் ஓயாமல் முக்காட்டைச் சரிசெய்துகொண்டிருந்ததைப் பார்த்து இவளுக்கு எரிச்சல் உண்டாயிற்று. கொஞ்ச நேரம் முக்காடில்லாமல் இருந்தால் என்னவாகப் போகிறது என்ற எண்ணத்துடன் சாலையைக் கவனிக்கத் தொடங்கினாள். முற்பகல் வெயிலில் சாலை பளபளத்தது. வேகம்கூடிய கார் அனல் காற்றைத் தனக்குள் நிரப்பிக்கொண்டிருந்தது. வெயிலில் நனைந்த மரங்கள் தலை கவிழ்த்து அணிவகுத்திருந்தன. சாலையின் பக்கவாட்டில் தொலைவில் தெரிந்த கற்பாறைகளின் மீது கானல்நீர் வழிந்தோடியது. அந்த நிமிடத்தில் அன்றைய தினத்தின் வேலைகளைப் பட்டியலிட்டுக்கொள்ள விரும்பினாலும் அது வெட்டிவேலை என்னும் அலுப்பு மேலிட அவ்வெண்ணத்தைக் கைவிட்டாள்.

நன்னி மறுபடி ஆட்காட்டி விரலால் இடுப்பில் குத்தியது தாங்க முடியாத எரிச்சலைத் தந்தது. என்ன என்பதுபோல நன்னியின் பக்கம் திரும்பியவளின் காதருகில் ‘வேகமாப் போக வேணாம்னு சொல்லு’ என அவள் கிசுகிசுத்தாள். இவளுக்குள் ஆத்திரம் நெருப்பாய்க் கனன்றது. கார் எப்படிப் போனால் என்ன? வீங்கிய காலைத் தொங்கவிட்டுக்கொண்டு பயணம் செய்ய இயலாமல்தானே ராதி துரிதப்படுத்தினாள்? இந்தக் கிழவிக்கென்ன? சுருக்கென்று ஒரு வார்த்தை சொன்னால் என்னவென யோசித்தவள் தன் கோபத்தின் தணலைத் தனக்குள்ளேயே புதைத்துக்கொண்டாள். ஆத்திரத்தில் ஒரு

வார்த்தை சொல்லிவிட்டுப் பிறகு விளைவுகளை எப்படிச் சமாளிப்பது என்ற எண்ணம் அமைதிப்படுத்தியது.

ஏதேனும் ஒரு சந்தர்ப்பத்தில் அம்மா ஒரு வார்த்தை சொல்லிவிட்டால் போதும் நன்னிக்கு. 'ஆமாம் நான் நாதியத்துப் போயி ஒங்க வீட்டுல கெடக்குறதுனாலதான இப்புடி ஏச்சுப் பேச்செல்லாம் கேக்க வேண்டியிருக்குது? அல்லா இந்த மண்டய ஒங்கிட்ட எடுத்துக்கமாட்டியா?' என்றும் மேலும் பலவாறும் புலம்பித் தீர்த்துவிடுவாள். 'மருமகன் வீட்லெ இருந்துக்கிட்டு என்னா சவுடாலு?' என அம்மா முனகுவாள். ஏற்கனவே மருமகன் வீட்டில் இருப்பதை நினைத்து அவமானத்தில் குறுகிப்போயிருக்கும் நன்னியை அம்மாவின் வார்த்தைகள் ரணப்படுத்திவிடக் கூடாது என்று இவள் அம்மாவை அடக்குவாள்.

ராதி தன் கால் வலியின் தன்மையைச் சொல்லிப் புலம்ப ஆரம்பித்தாள். இடையிடையே 'ஏம்மா என்ன நாஞ் சொல்றது?' என்று கேட்டுக்கொண்ட விதம் அவள் தனக்குள்ளாகப் புலம்பிக் கொண்டிருக்கவில்லை என்பதை உறுதிப்படுத்தும் முயற்சியாக இருந்தது.

நன்னியின் விரல் மறுபடியும் தன் இடுப்பைத் தொட, இவள் அதை மிகச் சாவகாசமாக எதிர்கொண்டு என்னவெனக் கேட்டாள். அவள் தளர்ந்த முகம் ஆத்திரத்தால் சிவந்துகிடந்தது. தன் தடித்த உலர்ந்த உதடுகள் பிரியாமல் 'பாட்டு போடச் சொல்லு' என்றாள். குரலின் கடுமை புதிதாக இருந்தது. அது ராதியின் புலம்பலை நிறுத்தும் முயற்சியாக இவளுக்குத் தெரிவதற்கான நடிப்புதானே தவிர நன்னிக்குப் பாட்டுக் கேட்பதில் எப்போதும் விருப்பம் அதிகம் என்பது இவளுக்குத் தெரியும்.

'சச்சா ஏதாவது பாட்டுப் போட்டுவிடுங்களேன், போரடிக் கிறது' சாலையோர மரங்களை வேடிக்கை பார்த்தபடி அலட்சியமாகச் சொன்னாள். அவருக்கும் வேண்டியிருந்திருக் குமோ என்னவோ? அதற்காகவே காத்திருந்ததுபோல இவள் சொன்ன மறுநிமிடமே பாடல் ஒலிக்க ஆரம்பித்தது. அதுவரை காருக்குள் நிரம்பியிருந்த பேச்சொலிகளை வழித்தெறிந்து விட்டு இசை தன்னை நிரப்பிக்கொள்ளத் தொடங்கியது.

அது இவளுக்கு விருப்பமற்ற பாடல் என்றாலும் இன்னும் தொடர்ந்துகொண்டிருந்த ராதியின் புலம்பலை நிறுத்துவதற் கான வழி அது மட்டும்தான். சாலையின் சீரற்ற தன்மையால்

ஏற்பட்ட அசைவுகளால் இவள் நன்னியின் மீதும் ராதியின் மீதுமாக அவ்வப்போது சாய்ந்துகொண்டிருந்தாள். நன்னியின் மீது சாய்ந்தபோதெல்லாம் நன்னி தவித்தது இவளுக்குச் சிரிப்பை உண்டாக்கியது. நன்னி உடுத்தியிருந்த புடவை நாளை என்ன பாடுபடப்போகிறதோ என நினைத்துச் சிரித்துக் கொண்டாள். வழக்கமாகப் பின்கட்டில் கிடக்கும் தொவைக் கல்லில் முன்னூறு அடிகளை வாங்கும் புடவை இவள்மீது உரசியதற்காகவும் ஆஸ்பத்திரி சேரின் மீது படிந்த காரணத்திற் காகவும் நாளை கூடுதலாக இருநூறு அடிகளைப் பெறக்கூடும் என நினைத்துக்கொண்டாள்.

'அந்தப் புடவைல என்னாதேன் அழுக்கு இருக்கும்? தான் உண்டு தன் ரூமு உண்டுன்னு இருக்கற மனுஷிக்கு ஏன் இப்படிப் புத்தி போகுது? மாசம் ஒரு பொடவ கிழியுது. அங்கப் பாரு பல்லக்கடிச்சுக்கிட்டுத் தொவைக்கிறத' அம்மா வின் வழக்கமான அரற்றல் நினைவிலாடியது.

நன்னியின் அம்பர் புடவையைத் துவைக்கப் பொன்னி மறுத்துவிடுவாள். 'இருநூறு அடி அடிக்க எனக்கு வலுவில்லம்மா' என்பாள். நன்னி தன் சேலையைத் துவைப்பதற்கென்றே ஒரு ஆளை நியமித்திருந்தாள். ஒரு புடவைக்கு இருபது ரூபாய். ஒவ்வொரு பக்கமும் இத்தனை அடி அடிக்க வேண்டும் என்பது கணக்கு. புடவையை வேலையாள் துவைக்க ஆரம்பித்தவுடனே பார்க்கும் தூரத்தில் எட்ட நின்றுகொண்டு நன்னி எண்ணிக்கை யைத் தொடங்குவாள். புடவையை மடித்துக்கொண்டு ஒரு புறத்தில் நூறுமாக மற்றொரு புறத்தில் நூறுமாக இருநூறு அடிகள் ஓங்கி ஓங்கி வீடே அதிரும்படி அடித்துக்கொடுத்த பிறகு வேர்த்துக்கொட்டும் உடம்புடன் மூச்சிரைக்க அந்தப் பெண் போன பிறகு, மீதி அடியை முடிந்த மட்டும் நன்னி தொடருவாள். அவளது மூச்சிரைப்பு வீட்டிலுள்ளவர்களின் நிம்மதியைப் பறித்துக்கொள்ளும். பெரிய வாளியில் முப்பது முறை தண்ணீரை நிரப்பி அலசி அலசித் தரையில் கொட்டி ஓடவிட்டுக்கொண்டிருப்பாள். அவளது தேசலான உடல்வாகு இத்தனைக்கும் ஈடுகொடுப்பது வியப்பூட்டும். வாசலில் இது நடந்துகொண்டிருக்கும் வேளையில் ராதி தாட்டியான தன் உடலை அசைத்து அசைத்து நடந்து வாசலுக்கு வந்து பார்வை யிட்டுவிட்டுத் தன் அறைக்குள் நுழைந்துகொள்வாள். இது அன்றாடக் காட்சியாக நிலைபெற்றுவிட்டாலும் வீட்டில் உள்ள ஒவ்வொருவரையும் ஏதோ ஒரு விதத்தில் இம்சித்தது.

'ஏம்மா போய்ச்சேர இன்னும் எம்புட்டு நேரம் ஆகும்?' ராதியின் குரல் கேட்டுத் தன் நினைவுக்கு வந்தவள் இடது

கையை உயர்த்தி மணி பார்த்தாள். 'இன்னும் நேரம் கெடக்கு' அலுப்புடன் சொல்லிவிட்டு ஒலித்துக்கொண்டிருந்த பாடலின் இனிமைக்குள் தன்னை ஈடுபடுத்திக்கொள்ள முயல்கிறாள். மனம் லேசாகிக்கொண்டிருந்ததை அனுபவித்து உணர்ந்தாள். வேறெதைக் காட்டிலும் இசைக்கு மட்டும் எப்படி இத்தனை சக்தி என வியந்தாள். மறுபடியும் இருக்கையின் மீது சாய்ந்து கண்களை மூடியவளுக்கு ராதி தன் புலம்பலை நிறுத்திக் கொண்டது கூடுதல் சந்தோஷத்தைத் தந்தது.

மறுபடியும் இடுப்பில் குத்திய விரல் துன்பத்தைத் தரக் கசங்கிய முகபாவங்களுடன் அழுத்தமான குரலில் என்னவென நன்னியிடம் கேட்டாள்.

நன்னியின் முகம் வெகுசாந்தமாக இருந்தது. அவள் பேரில் தனக்கிருந்த அத்தனை புகார்களையும் அந்த நிமிடத்திலேயே கைவிட்டுவிட வேண்டும்போலிருந்தது. நன்னி தன் கனிந்த முகத்தை இவள் காதுக்கு அருகே கொண்டுவந்தாள். அவளுக்கு இப்போது சொல்ல என்னவிருக்கும் என யூகிக்க முயன்றாள்.

'இப்ப முடிஞ்சுச்சுல்ல. அந்தப் பாட்ட இன்னொருக்கா போடச் சொல்லு' மிகுந்த விருப்பத்துடன் மிக மிகச் சன்ன மாகக் கிசுகிசுத்தது அவள் குரல். முகம் வெட்கத்தாலும் சங்கடத்தாலும் சிவந்திருந்தது.

'எந்தப் பாடல்? என்ன சொல்கிறாள்?' சட்டெனப் புரிபடாமல் தன் நினைவுகளைச் சீராக்கி யோசித்தவளுக்குப் பாடல் நினைவுக்கு வந்தது. நன்னியின் முகம் கூச்சமுற்றிருந்த காரணம் அது ஒரு காதல் பாடல்.

அவளது சங்கடத்தைத் தான் அறிந்துகொண்டுவிட்ட தாகக் காட்டிக்கொள்ளாதிருக்க, 'ஓ அந்தப் பாட்டா?' என்றவள், 'எனக்கும் அது ரொம்பப் புடிக்கும்' என்றாள். நன்னியின் குரலைக் காட்டிலும் இவளுடையது உள்ளடங்கியிருந்தது.

'நான் கேட்டேன்னு சொல்லிப்புடாத' நன்னி பதற்றத் துடன் கிசுகிசுத்தாள்.

இல்லை என்பதுபோலத் தலையசைத்தவளின் முகத்தில் தெரிந்த நம்பகத்தன்மை நன்னியின் பதற்றத்தைத் தணித்தது.

ராதியின் கவனம் எங்கிருந்தது என்பதை அறிந்துகொள்ளும் விதமாக இவள் ஓரக்கண்ணால் நோட்டமிட்டாள். தனது ஓயாத முணுமுணுப்பை நிறுத்திவிட்டு ராதி கண்களை மூடிச் சாய்ந்திருந்தாள். நிறமொழுகும் அவளது கொழுத்த கன்னங் களை அனல் காற்று உரசிச் சென்றது. 'சச்சா இதுக்கு முன்னாடி

படிச்சுச்சுல்ல, அந்தப் பாட்டையே மறுபடி போடுங்க. நல்ல பாட்டு' வெட்கத்தால் இவள் வார்த்தைகள் உடைந்தன.

காதல் பாடல் ஒன்றைத் தந்தையிடமே விரும்பிக் கேட்பதன் சங்கடங்கள் ரொம்பவே புதிதாக இருந்தன. 'எந்தப் பாட்டு?' இவளைப் பார்க்கத் திரும்பியவர் பதிலேதும் எதிர் பார்க்காமலேயே கேசட்டை ரீவைண்ட் செய்து முதலில் பாடிய பாடலுக்கே கொண்டுவந்தார். பாடல் மறுபடியும் தொடங்க ராதியின் உடலில் இவள் உணரத் தொடங்கிய அசைவுகள் தென்பட்டன, அவள் கண்கள் மூடியே இருந்தா லும் தான் கவனத்துடன் இருப்பது போன்று தோற்றமளித்தது.

நன்னிக்கு இசையின் மீதிருக்கும் விருப்பம் ராதிக்கும் தெரியும். இனி அவள் குறுக்கீடு செய்யலாம் என்பது நிச்சயமாக, அதை அனுமதிக்கக் கூடாதென்ற எண்ணத்துடன் தற்காப்பு நடவடிக்கையாக இவள் அப்பாடலை வெளிப்படையாக ரசிக்க ஆரம்பித்தாள். கூடுதல் ஆதாரமாக இடது கைவிரல்களைத் தொடையில் தட்டித் தன் இசை ரசனையைக் கூட்டிக் காட்டி னாள். தனக்கே அது அதிகப்படியாகத் தெரிந்தாலும் வேறு வழியில்லாததால் அந்நாடகத்தைத் தொடர்ந்தவாறே பாடல் முடியும் கணத்திற்காகக் காத்திருந்தாள்.

பாட்டு முடிந்தபோது நிம்மதிப் பெருமூச்சுவிடத் தயாரானவளின் இடுப்பில் எதிர்பாராத தருணத்தில் குத்திய நன்னியின் விரல் இவளைக் கடும் மன அயர்ச்சிக்கு இட்டுச் சென்றது. இன்னும் என்ன வேண்டும் உனக்கு என்பதுபோலக் கோபமுற்ற விழிகளால் நன்னியை உற்றுப்பார்த்தாள். இவள் கண்களில் தெரிந்த தணலைக் கொஞ்சமும் பொருட்படுத்தாத வளாக, மறுபடியும் அதே பாடலை வேண்டிய அவள் கண்கள் இவளைக் கடுமையான கோபத்திற்குள்ளாக்கின. தொடர்ந்த நிமிண்டலைக் கண்டுகொள்ளாமலிருக்க முயன்றவளுக்கு நன்னி தன் முகத்தில் பொதிந்துவைத்திருந்த கெஞ்சல் துன்புறுத்தியது.

'அல்லாவே சீக்கிரம் ஊருக்குப் போய்ச் சேர்ந்துவிட மாட்டோமா?' எனத் தனக்குள்ளாக முனகிக்கொண்டாள். இது கடைசிமுறை என்பதுபோல நன்னியின் முகத்தைப் பார்த்து உறுதிப்படுத்திக்கொண்டு அதே வேகத்தில் 'அந்தப் பாட்டையே போடுங்க கேக்கலாம்' என்றாள். அவசரமாகச் சொல்வது யோசிப்பதற்கும் சொல்வதற்குமான இடைவெளியை அழிக்கிறது என்றாலும் தொண்டை கூச்சத்தில் ஒடுங்கிக்கிடந்தது. தன் காலடியில் இருந்த தண்ணீர்ப் பாட்டிலை அவசரமாக எடுத்து வாய்க்குள் சரித்துக்கொண்டாள்.

சச்சாவிடம் டிரைவிங்கில் ஏதோ சுணக்கத்தை உணர்ந்தாள். அவர் முகத்தில் அரும்பிய புன்முறுவல் முற்றிலும் வித்தியாச மாக இருந்தது. உண்மையில் அந்தப் பாடலை விரும்பியது தான்தானென அவரை நம்பவைக்கும் தவிப்பு உண்டாயிற்று. ஆனாலும் அதை எப்படிச் செய்வது எனப் புரியாமல் மௌன மாக இருந்தவள் ஓரக்கண்ணால் ராதியை நோட்டமிடத் தொடங்கினாள். மூன்றாம்முறையாகவும் அப்பாடல் ஒலிக்க அறைகுறைத் தூக்கத்தைக் கைவிட்டு ராதி பெருத்த முகத்தை நன்னியின் பக்கம் திருப்பி உற்றுக் கவனித்தாள்.

இசையின் இனிமையும் வெற்றிப் பெருமிதமும் சேர்ந்து நன்னி ஒய்யாரமாகச் சாய்ந்திருந்தாள். தன் விருப்பப்படிதான் எல்லாமும் நடந்தன என்னும் கர்வம் ததும்பிய அவள் முகத்தைப் பார்த்த ராதியின் முகம் சட்டெனக் கடுமையுற்றதை இவள் கவனித்தாள். நன்னியின் முகத்திலிருந்த பெருமிதத்தைப் பிடுங்கி எறியும் ஆத்திரத்துடனும் அவள் செய்துகொண்டிருந்த காரியத்தை இழிவுபடுத்தும் உந்துதலுடனும் பேசத் தொடங்கி னாள்.

'ஏப்பா அந்தக் கண்றாவிய நிறுத்தமாட்ட. பிரயாணம் செய்றப்ப இதையெல்லாமா கேப்பாங்க! கர்மம், கர்மம். பிரயாணத்த சுலபமாக்கு அல்லான்னு பைத்து கேஸட்ட போட்டுவிடுவியா அதவுட்டு மானேதேனேங்கிற பாட்ட போட்டுக்கிட்டு ...' முகத்தை அருவருப்போடு அஷ்டகோண லாக்கிச் சிடுசிடுத்தவள் குரலில் நன்னியை ஏளனம் செய்யும் தொனியோடு அது தன் மகனுடைய கார் என்ற அதிகாரமும் மேலோங்கியிருந்தது.

அவமானத்தால் சூம்பிய நன்னியின் முகம் இவளை வேதனைக்குள்ளாக்கியது. என்ன செய்வதென்ற தடுமாற்றத்தில் ஆழ்ந்தாள். 'அமத்திவிடுத்தா கருமத்த' மறுபடி ராதியின் குரல் கட்டளையிட்டது. அது நன்னியை மட்டுமின்றி இவளை யும் அச்சுறுத்தியது.

காருக்குள் நிரம்பிவிட்ட இறுக்கத்தை உணர்ந்து கொண்டவராகப் பதிலேதும் சொல்லாமல் சச்சா காரின் வேகத்தை நிதானித்துப் பைத் கேஸட்டைத் தேடி எடுத்து ஒலிக்கச் செய்தார். தோல்வியுற்றுக் கறுத்துக்கிடக்கிற நன்னி யின் முகம் சீராக இயலாத நிலையில் தொய்ந்திருந்தது. தான் விரும்பியது நடக்காத சோகமும் தன் இயலாமையை நிச்சயித்துக் கொண்ட வருத்தமும் இணைந்து அவள் முகவாட்டத்தைக் கூட்டிக்காட்டின.

காருக்குள் கணீரென ஒலிக்கத் தொடங்கிய பைத்தைத் தன் வெற்றியாகப் பாவித்து ராதி ரசித்தாள். அதன் மீதான தன் ஈடுபாட்டை மகனிடம் காட்டிக்கொள்ளும் மும்முரத்தோடு, 'ஏத்தா என்னா மாதிரியான குரலு பாத்தியா?' சொல்லி விட்டுத் தனக்குத்தானே புளகாங்கிதப்பட்டாள். அவ்வப்போது கேட்ட அவளது மிகையான பாராட்டுணர்வு இவளை இம்சிக்கக் கார் தார்ச்சாலையின் கருமையை விழுங்கியபடி வழுக்கிக்கொண்டிருந்தது. காருக்குள் நிகழ்ந்துகொண்டிருந்த பிரச்சினைகள் உண்டாக்கிய மனச்சோர்வு உச்சக்கட்டத்தை அடைந்துகொண்டிருக்க, அளவற்ற எரிச்சல் ஊற்றெடுத்துத் தன்னை மூழ்கடித்ததை உணர்ந்தாள். பைத்தின் ஒலி எரிச்சலின் தன்மையைக் கூட்ட, அதை எவ்விதம் பொருட் படுத்தாமலிருப்பது என்னும் குழப்பத்துடன் பற்களை இறுகக் கடித்துக் கோபத்தை விழுங்கினாள். நீண்டுகொண்டிருந்த பாதை இவர்கள் செல்ல வேண்டிய இடத்தைத் தொலைத்து விட்டுத் தேடும் எண்ணத்தைத் தோற்றுவித்தது.

மூடிய கண்களோடு தலையைப் பக்கவாட்டில் அசைத்துத் தன் ரசிப்புத் தன்மையைத் தன் மகனிடம் ராதி நிரூபித்துக் கொண்டிருந்தாள். தன் வயதுக்கேற்ற காரியமொன்றைச் செய்து கொண்டிருக்கிறோம் என்னும் விஷயத்தைப் பெரும் கௌரவ மாக மனசில் இருத்தியிருந்தாள். அது நன்னிக்கு இசைமீதான விருப்பத்தை நிராகரிப்பதாகவும் ஏளனம் செய்வதாகவும் இருந்தது.

நோயாளிகளால் நிரம்பிய மருத்துவமனையின் நீண்ட வராந்தா மனச் சோர்வை அதிகரித்தது. மூக்கைத் துளைத்த மருந்தின் நெடியோடு உட்கார்வதற்கான இருக்கை தேடிச் சென்றவளைப் பின்தொடர்ந்து நன்னியும் ராதியும் வந்து கொண்டிருந்தார்கள். டாக்டரின் அறைக்குப் பக்கவாட்டில் காலியாகக் கிடந்த இருக்கைகள் கண்களில் பட அவற்றை நோக்கிச் சென்றாள். 'என் கையக் கொஞ்சம் புடிச்சுக்கோ' வீங்கிய கால்களைச் சிரமத்துடன் நகர்த்திய ராதி அழைத்தாள்.

இவள் மறுபடியும் அவள் அருகில் சென்று அவளை அணைத்து நடத்தி, இருக்கையில் உட்காரவைத்தாள். கக்கத்தில் இடுக்கிய பையுடன் நிதானமாகத் தளராத நடையுடன் வந்த நன்னியின் முகம் தனக்குப் பிறருடைய உதவி தேவையில்லை என்பதைக் கர்வத்துடன் ராதியிடம் பறைசாற்றியது.

அவள் கர்வத்தை மௌனமாக எதிர்கொண்டு மனத்திற் குள்ளாகவே புன்முறுவல் செய்த இவளுக்கு இந்த அழுக்கடைந்த பிளாஸ்டிக் இருக்கையில் நன்னி எப்படி மனம் ஒப்பி அமர்வாள் என்னும் கவலை முளைவிட்டது. அது கவலை மட்டும்தானா

என்று யோசித்தவள், இல்லை ஆர்வம்தானென அடையாளப் படுத்திக்கொண்டாள்.

இவள் தற்செயலாகக் காண நேர்ந்த ராதியின் முகம் திடீரெனப் பிரகாசமாத் தோன்றியது. அத்தனை நேரம் வேதனையில் சுருங்கிக்கிடந்த முகம் அவ்வளவு பிரகாசம் கொள்ள அங்கே என்ன விஷயம் இருக்க முடியும் என்ற குழப்பத்துடன் தங்களைச் சுற்றிலும் கண்களைச் சுழற்றி ஏமாந்தவளின் பார்வை ராதியின் முகத்தின் மீதே ஆழப் பதிந்தது.

தனக்கருகில் கிடந்த இருக்கையையும் தயக்கத்துடன் நின்றுகொண்டிருந்த நன்னியையும் மாறி மாறிப் பார்த்துக் கொண்டிருந்த ராதியின் எதிர்பார்ப்பு புரிய இவள் மௌனமா யிருந்தாள்.

இடுப்பில் கைவைத்தபடி சுற்றுமுற்றும் நன்னி கம்பீரமாகப் பார்த்தாள். அவளைப் பற்றி இவர்கள்கொண்டிருந்த ஆர்வம் புரிந்துவிடக் கூடாது என்னும் எண்ணம் கொண்டவளாகப் பதற்றத்துடன் மருத்துவரின் அறைக் கதவின் மீது பார்வையைத் திருப்பி நோட்டமிட்டாள்.

நன்னி தன் கக்கத்திலிருந்த மஞ்சள்நிறத் துணிப்பையை எடுத்தாள். அதன் உள்ளே நுழைந்து வெளிவந்த அவள் கையில் மடிக்கப்பட்ட நியூஸ் பேப்பர் இருந்தது. அதை உதறி ராதிக்குச் சற்றுத் தள்ளிக்கிடந்த இருக்கைமீது விரித்து அதில் ஜம்மென்று உட்கார்ந்தாள். அவள் செயலின் விசித்திரத் தன்மையை இவர்கள் மட்டுமின்றி ரிஷப்ஷனில் இருந்த அத்தனை பேருமே கவனித்தார்கள் என்றாலும் அவள் அதைப் பொருட்படுத்திய தாகவே தெரியவில்லை. நிதானமாகப் பையிலிருந்து வெற்றிலைப் பெட்டியை எடுத்து வெற்றிலையை மடித்துப் போட ஆரம்பித் தாள்.

மருத்துவமனையும் அதன் சூழலும் உண்டாக்கிய மனச் சோர்வு அன்று வழக்கத்தைவிடப் பன்மடங்காகிவிட்டிருந் ததை இவள் உணர்ந்தாள். சீக்கிரமே வேலை முடிந்துவிட்டால் ஊர் போய்ச் சேர்ந்துவிடலாம் என்னும் எண்ணம் வலுப்பெற்றது.

‘என்ன இன்னுமா உங்களக் கூப்புடல? நேத்தே அப்பாயிண்ட்மெண்ட் போட்டாச்சே!’ கேட்டுக்கொண்டே வந்த சச்சா ரிஸப்ஷனிஸ்டை நோக்கிச் சென்றார். அவர் திரும்புவதற்காகக் காத்திருந்தாள். ரிஸப்ஷனிலிருந்த பெண் ணிடம் ஏதோ பேசிவிட்டு ‘உம் வாங்க போகலாம்’ என அழைத்தவரின் குரல் பெரும் நிம்மதியைத் தந்தது.

முதலில் யாரை அழைத்துச் செல்வது என்னும் குழப்பம் மேலிட அவர் முகத்தைப் பார்த்தாள். நன்னியை நோக்கி நீண்ட அவரது கை குழப்பத்தைப் போக்கியது.

அதற்காகவே காத்திருந்தவளாக நன்னி அவசரமாக எழுந்துகொள்ள, சச்சாவும் இவளும் அவளை மருத்துவரின் அறைக்குள் அழைத்துச் சென்றார்கள். நன்னியின் நடையில் தெரிந்த மிடுக்கு ராதிக்கு எரிச்சலூட்டியது.

‘பிரஷர் மட்டும்தான். தொடர்ந்து மாத்திரை சாப்பிட்டாப் போதும்’ என்ற டாக்டருக்கு நன்றி சொல்லிவிட்டு உள்ளே சென்ற சில நிமிடங்களில் வெளியில் வந்தவர்களைப் பொறாமை பொங்கிய விழிகளால் ராதி உற்றுப்பார்த்தாள். தன் ஆரோக்கியத் தைப் பறைசாற்றும் விதமாக நன்னியின் நடையில் மிடுக்கு மேலும் சற்றுக் கூடியிருக்க, மறுபடியும் அதே இருக்கையில் உட்கார்ந்தாள்.

இவளும் நன்னியும் வெளியில் வந்த பின்னும் சச்சா மருத்துவரோடு அறைக்குள்தான் இருந்தார். அவள் பிரச்சினை கள் குறித்து அவளுக்குத் தெரியாமலேயே மருத்துவரிடம் ஆலோசனை கேட்க முன்பே திட்டமிட்டிருந்தார்கள். இவளுக்கு நம்பிக்கை ஏற்படவில்லை. என்ன ஆலோசித்து என்ன? நோயாளி யின் ஒத்துழைப்பு இல்லாமல் மருத்துவம் பலனளிக்காது எனத் தீர்மானமாகப் புரிய, ராதியை உள்ளே அழைக்கும் தருணத்தை எதிர்நோக்கி அமர்ந்திருந்தாள்.

ராதியின் வீங்கிய கால்களைப் பரிசோதித்த மருத்துவரின் முக மாறுதல் கவலைக்குள்ளாக்கியது.

‘மொதல்ல ரத்தமும் நீரும் எடுத்து டெஸ்டுக்குக் குடுங்க. ஈவினிங் ரிஸல்ட் வந்தப்புறம் ட்ரீட்மெண்ட் எடுத்துக்கலாம்’ என்ற அவர் வார்த்தைகள் தான் நினைத்து வந்ததுபோல உடனடியாக வேலை முடியப்போவதில்லை என்பதைத் தெளிவாக்கின.

‘நீ போம்மா நான் இதோ வர்றேன்’ இவளையும் ராதியை யும் நோக்கிச் சொன்ன சச்சாவின் முகத்தில் ஏதோ சமிக்ஞை இருப்பதாக உணர்ந்தாள்.

ராதியின் கைகளைப் பற்றியபடி அறையிலிருந்து வெளியே வந்தவர்களை, ‘என்ன பாதையில குறுக்க நின்னுக்கிட்டு?’ வெடுக்கெனச் சொன்ன நர்ஸின் குரலை அலட்சியப்படுத்திப்

பரிசோதனை அறையை நோக்கி நகர்ந்தவர்களிடம் 'என்ன டெஸ்டா?' என்று மறுபடியும் இவளைப் பார்த்துக் கேட்டு, இவளிடமிருந்து பதிலேதும் வராத ஆத்திரத்தில் அங்கிருந்து விலகிச் சென்றாள்.

அவளது குரலில் தெரிந்த கடுகடுப்பும் இயந்திரத் தன்மையும் அவள் பேரில் கடுமையான குரோதத்தை ஏற்படுத்தின. மருத்துவமனை செவிலிப் பெண்களின் அலட்சியம் வழக்கமானது என்றாலும் அன்றைக்கு மட்டும் ஏனோ தாங்கிக் கொள்ளவியலாத எரிச்சலை உணர்ந்தாள்.

அந்த அறை மிகவும் சிறியதாக இருந்தது. மேசைக்கு அருகில் மர இருக்கையில் அந்தப் பெண் அமர்ந்திருந்தாள். கிள்ளிப் பிடிக்கச் சதையில்லை எனச் சொல்வதற்குத் தோதாக இருந்தது அவள் உடல்வாகு. இவர்களைப் பார்த்ததும் அவசரமாகவும் இல்லாமல் நிதானமாகவும் இல்லாமல் தேவையான வேகத்தோடு எழுந்தவள் 'டெஸ்ட்டா? எங்கே சீட்டக் குடுங்க' என்றாள்.

அவள் முகம் காகிதப் பூவாக உலர்ந்திருந்தது. பழுப்பேறிய அவள் வெள்ளை உடை விரைவிலேயே மஞ்சள் நிறத்தை அடைந்துவிடும்போலத் தெரிந்தது. அவள் தனக்கெதிரே கிடந்த இருக்கையைக் காட்டி அதில் ராதியை அமரச் செய்துவிட்டுத் தன் வேலையைத் தொடங்க ஆயத்தம் செய்தாள்.

ராதி இருக்கையில் அமர்ந்தபடி சேலையை முழங்காலுக்கு மேலாகத் திரட்டி வீங்கிக்கிடந்த கால்களை விரல்களால் குத்திப்பார்த்து வீக்கத்தின் தன்மையைக் கணிக்க முயல்கிறாள். அவள் முகம் காத்துக்கிடக்க வேண்டும் என்னும் நினைவிலிருந்து மீண்டு நன்னியையும் காக்கவைக்கப்போகிறோம் என்ற நிம்மதியைப் பிரதிபலித்ததாக இவள் எண்ணினாள்.

ரத்தமும் நீரும் எடுத்துக் கொடுத்துவிட்டுத் திரும்பியவர்களை நன்னி ஆத்திரத்துடன் எதிர்கொண்டாள். 'என்ன கௌம்பலையா?' உச்சஸ்தாயில் ஒலித்த அவள் குரல் மருத்துவமனையின் சூழலில் பெரும் அதிர்வை ஏற்படுத்தியது. அங்கிருந்த ஒவ்வொருவரது கவனமும் இவர்களை நோக்கிக் குவிய, இவள் அவமானமாக உணர்ந்து, 'போகலாம். மொத ஒங்க மருந்துச் சீட்டைக் குடுங்க' என்றாள். 'மாத்திரையெல்லாம் வாங்கியாச்சு. எப்பொப் போறதுன்னு மொதல்ல சொல்லு. இப்பிடிச் சுணங்குமுன்னு தெரிஞ்சிருந்தா நான் வந்துருக்கமாட்டேனில்ல . . .' நன்னியின் முகத்தில் குழந்தையின் பிடிவாதம்.

ராதி அவள் பதற்றத்தை ரசித்து நிதானமாக 'ஏம்மா எத்தினி மணிக்கி ரிசல்ட்டு வருமாம்? சாயங்காலத்துக்குத் தானா?' பொய்யான கவலையோடு கேட்டுக்கொண்டே தஸ்பீஹ் மணியைக் கையிலெடுத்து உருட்டத் தொடங்கினாள்.

இவள் சச்சாவைத் தேடி அவ்விடத்திலிருந்து விலகிச் சென்றாள். அதே இடத்தில் நிற்கும்பட்சத்தில் நன்னியிடம் கோபத்தில் எதையேனும் பேசிவிடுவோம் என்னும் பயம் அவளை அவ்விடத்திலிருந்து துரத்தியடித்தது. நன்னியிடம் இவள் கோபத்தில் சொல்லப்போகும் ஒரு வார்த்தைக்காகத் தான் ராதி நீண்ட நேரமாகக் காத்திருந்தாள் என்பதும் நினைவில் இருந்துகொண்டிருந்தது.

'அட அல்லாவே, இன்னும் எம்புட்டு நேரத்துக்கு இப்புடிக் காத்துக்கெடக்க? இந்தக் கிருமியிலயும் பினாயில் வாடையில யும் தெரியாம இல்ல வந்து மாட்டிக்கிட்டேன்' இரண்டு கைகளையும் உதறி எதையோ பறிகொடுத்தவள்போலப் புலம்ப ஆரம்பித்த நன்னியின் குரலைப் புறக்கணித்து இவள் வரவேற் பறையை நோக்கிச் சென்றாள். வாசலில் நின்று யாரிடமோ பேசிக்கொண்டிருந்த சச்சா இவளைக் கண்டதும் அருகில் வந்து, 'என்ன சாப்பிடப் போகலாமா? மணி பனிரெண்டரை யாயிடுச்சு' என்றார். அவர் முகம் அதிகமாகவே களைப்புற் றிருந்தது.

நடமாட்டம் குறைந்திருந்த மருத்துவமனை வளாகத்தில் வெயில் நீளமாக விழுந்துகிடந்தது. டாக்டர் இன்னும் சற்று நேரத்தில் சென்றுவிடக்கூடும். அவர் மீண்டும் வரும்வரைக் கும் காத்திருக்க வேண்டும் என்னும் யோசனையோடு நன்னி யின் ஆர்ப்பாட்டங்களைச் சமாளிப்பது குறித்த கவலைகளும் சேர்ந்துகொண்டன. 'சரி நாம சாப்பிட்டு வரலாம்' என்று காரை நோக்கிச் செல்கிற சச்சாவின் குரல் தளர்ந்திருந்தது.

இவள் மறுபடியும் அவர்கள் காத்திருந்த இடம் நோக்கி வந்தாள். நன்னியின் புலம்பல்கள் ஏதும் காதில் விழவில்லை. எப்படி அவ்வளவு விரைவாகச் சமாதானமடைந்தாள் என ஆச்சரியப்பட்டுக்கொண்டாள். நன்னியின் பதற்றங்கள் தந்த தெம்போடு இறுமாப்புடன் ராதி அமர்ந்திருந்தாள். எஞ்சி யிருந்த நோயாளிகளின் முகங்களில் தெரிந்த ஆர்வம் சங்கடப் படுத்தியது. உடனடியாக வெளியேறும் தவிப்புடன், 'வாங்க போய்ச் சாப்பிட்டுட்டு வரலாம்' என்றாள்.

'சாப்புடுறது இருக்கட்டும். எப்ப ஊருக்குன்னு சொல்லு' நன்னி கடுகடுத்தாள். இவள் பொறுமையை இழக்கும் கணத்திற்

காக ராதி காத்திருந்தது நினைவிலிருக்க, அதிகபட்ச அமைதி யுடன் ‘சாயங்காலம்’ என்கிறாள்.

‘இந்த ஆஸ்பத்திரி நாத்தத்துல என்னால இருக்க முடியல. மயக்கமா வருது. எச்சில்கூட முழுங்கப் புடிக்காம தொண்ட வறண்டுப் போச்சு. கர்மம் கர்மம் . . .’ தோற்றுப் போய்க்கொண் டிருக்கிறோம் என்னும் வருத்தத்துடன் நன்னி மன்றாடினாள்.

‘சரி வாங்க. மொத சாப்புடலாம். பிறகு மத்ததப் பாக்க லாம்.’ இவள் பேச்சில் நம்பிக்கைகொண்டவளாக நன்னி இருக்கையிலிருந்து எழுந்து வெளியே செல்ல, இவள் ராதியின் கைகளைப் பற்றி எழுப்பிக் காருக்கு அழைத்துவந்தாள்.

அவர்கள் நகரின் பிரபலமான அசைவ ஹோட்டலைத் தேடிச் சென்றார்கள். சச்சாவுக்கு அசைவம் தவிர்த்து எதுவும் சாப்பிடப் பிடிக்காது.

சாப்பிடும் நேரத்தில் என்ன பிரச்சினை வருமோ என்ற கவலையோடு ‘பாத்ரூமுக்கு வறீங்களா?’ என்றாள்.

‘பாத்ரூமா? இங்கையா?’ அலட்சியமாகக் கேட்ட நன்னியை உற்றுப்பார்த்து அவளை அமைதிப்படுத்தியவள் ராதியைப் பார்த்து ‘நீங்க?’ என்றாள்.

நன்னி சொன்ன விதம் இந்தப் பாத்ரூமை உபயோகப் படுத்துபவர்களை மட்டம் தட்டுவதாயிருந்ததால் தன் கௌரவத்தைக் காப்பாற்றும் பொருட்டு, ‘நானும் வரலை’ என்ற ராதியை வேதனையுடன் பார்த்தபடி தான் மட்டும் கிளம்பினாள்.

‘நான் கை கழுவணும். கூட்டிப் போ.’ தன்னைத் தொடர்ந்த நன்னியை வேண்டாவெறுப்புடன் அழைத்துச் சென்றாள். இவர்கள் திரும்பியபோது இவர்களுக்காக வரவழைக்கப்பட்ட உணவு வகைகள் மேசையை நிரப்பியிருந்தன.

அத்தனை வகையான உணவுகள் தேவைதானா என்னும் குழப்பத்துடன் அமர்ந்தவள், இவர்கள் வரும் முன்பே ராதி சாப்பிட ஆரம்பித்துவிட்டதைக் கவனித்தாள். அவள் குழந்தை யைப் போலச் சாப்பிட்டாள். அத்தனை வகையான உணவு களையும் தன் பிளேட்டில் நிரப்பிவைத்திருந்த விதம் உணவு வகைகள் தீர்ந்து போய்விடுமோவென அவள் கவலைகொண் டிருந்ததாக எண்ணத் தோன்றியது. தலைநிமிராமல் அவள் கோழியையும் மீனையும் சாப்பிட்டதைப் புன்சிரிப்புடன் வைத்த கண்ணை எடுக்காமல் பார்த்தாள்.

நன்னியின் முகமோ அருவருப்பான பிராணியொன்றைப் பார்த்ததுபோலப் பாவனை செய்தது. தன் கக்கத்திலிருந்த பையிலிருந்து பேப்பரை எடுத்துத் தன் இருக்கையின் மீது விரித்து அதைத் தனக்கேற்றதாக மாற்றிவிட்டு உட்கார்ந்தவள் தன் பிளேட்டில் ஒரு கரண்டி சோறை மட்டும் போட்டுக் கொண்டு, ‘எனக்குத் தயிர் இருந்தா வாங்கிக் குடு, கரைச்சுக் குடிக்கிறதுக்கு’ என்றாள்.

‘ஏன் இதையெல்லாம் சாப்பிடல?’ என்ற இவளிடம் ‘இதெல்லாம் திங்கிற வயசா நமக்கு? தின்னாத்தே செரிக்குமா? ஒடம்பு என்னாத்துக்கு ஆவும்?’ அவள் குரலில் தெரிந்த அலட்சியம் ராதியை அவமதிக்கும் தன்மையோடிருந்தது.

நன்னியின் வறட்டுக் கௌரவம் இவளுக்கு வருத்தத்தைத் தந்தது.

ராதி யாரையும் பொருட்படுத்தாமல் சாப்பாட்டை ஒரு கை பார்த்துக்கொண்டிருந்தாள். தான் நேற்று முழுக்க வாந்தி எடுத்துக்கொண்டிருந்ததே அவளுக்கு மறந்துபோயிருந்தது. தன் வியாதிகளின் பட்டியலையாவது அவள் சற்று நினைவு படுத்திக்கொண்டால் தேவலை என யோசித்தவளுக்கு டாக்டரிடம் தனித்துப் பேசிய பிறகு சச்சாவின் முகத்தில் தெரிந்த சஞ்சலம் மன அழுத்தத்தைத் தந்துகொண்டிருந்தது.

சாப்பிடும் நேரத்தை எப்படியேனும் நீடிக்க வேண்டும் என்னும் முடிவோடு இவள் நிதானமாகச் சாப்பிட்டுக்கொண்டிருந்தாள். சாப்பிட்டு முடித்த கையோடு மறுபடியும் நன்னி தன் புலம்பலைத் தொடங்கும் அபாயம் உண்டு. அதை எவ்விதம் எதிர்கொள்வது என்ற கவலையால் உணவு தொண்டையில் இறங்க மறுத்தது.

நன்னி வெகுநாசுக்காகத் தயிர் சாதத்தைச் சாப்பிட்டு முடித்துவிட்டிருக்க, ராதி இன்னும்கூட ஆர்வம் குறையாமல் சாப்பிட்டுக்கொண்டிருந்ததைக் காண வினோதமாக இருந்தது. அது ஹோட்டல் என்பதையும் பொருட்படுத்தாமல் எலும்புத் துண்டுகளை உறிஞ்சிக்கொண்டிருந்தாள்.

அவர்கள் கிளம்பியபோது மணி இரண்டைத் தாண்டி விட்டது. இனி அவசரப்படுத்துவது சரிப்படாது என யோசித்தவளைப் போல நன்னி சோர்வுற்றிருந்தாள். மீதி நேரத்தைக் கழிக்க அதிகம் சிரமப்படத் தேவையில்லை என இவளுக்கு நம்பிக்கை ஏற்பட்டது. மருத்துவமனையின் வரவேற்பறை யாருமின்றி வெறிச்சோடிக்கிடந்தது. இவர்களைக் கண்டதும் ரிஸப்ஷனிஸ்ட், ‘உங்கள ரிசல்ட்ட வாங்கிக்

கிட்டு ஒடனே சின்ன டாக்டரைப் பாக்கச் சொன்னார் பெரிய டாக்டர், அவசரமாம்' என்றாள். அவள் குரல் கதவிடுக்கில் மாட்டிய எலியினுடையதுபோலக் கிறீச்சிட்டதைக் கேட்க வேடிக்கையாக இருந்தது. இவளுக்கு நிச்சயமாக ஏதாவது பட்டப்பெயர் இருக்கும் என நினைத்தாள். ஏன் சம்பந்தமில்லாமல், நேரம் காலம் புரியாமல் அப்படித் தோன்றியது என யோசித்து இவள் ராதியை இருக்கையொன்றில் உட்காரச் செய்தாள். நன்னியைக் காணவில்லை. வெளியில் நின்றுகொண்டு என்ன செய்கிறாள் என யோசித்தவள், எதையோ செய்யட்டும் என்கிற முடிவோடு பரிசோதனை அறையை நோக்கிச் செல்கிறாள்.

'நீங்க மட்டும் போய் டாக்டரைப் பாருங்க. பேஷண்டக் கூட்டிக்கிட்டுப் போக வேணாம்' எனப் பரிசோதனைச் சாலையிலிருந்த அந்தப் பெண் எச்சரித்தாள். அவள் முகம் காலையில் பார்த்ததைவிட வாடிப்போயிருந்தது.

நீங்க மட்டும் என்ற வார்த்தைகளில் நின்று நிதானித்தவள் ரிஸப்ஷனை நோக்கிச் சென்றாள். சச்சாவும் நன்னியும் அப்பெண்ணிடம் மாத்திரைகளைக் காட்டி ஏதோ விளக்கம் கேட்டுக்கொண்டிருந்தார்கள்.

'சச்சா, ஒரு நிமிஷம் வறீங்களா?' பதற்றத்துடன் மெல்லிய குரலில் அவரை அழைத்தவள் மருத்துவரின் அறையை நோக்கி நடந்தாள். இவளுடைய பதற்றம் அவரைத் தொற்றிக் கொள்ளாததிலிருந்து அவர் ஏற்கனவே எதையோ அறிந்திருந்தார் எனப் புரிந்தது.

அவர்கள் மருத்துவரின் அறையிலிருந்து வெளியில் வந்தபோது, வெளியில் இருந்த ராதியைக் காணவில்லை. 'எங்கே போயிருப்பாள்?' என யோசனையுடன் சுற்றும்முற்றும் பார்த்தவளுக்கு 'பாத் ரூமுக்குப் போயாச்சு' என்ற நன்னியின் பதிலில் வியப்படைந்தாள்.

உயிரற்றுக்கிடந்த இவள் முகத்தையும் சச்சாவின் முகத்தையும் நன்னி உற்றுக் கவனித்தாள். அவள் எதையும் கணித்துவிட அனுமதிக்கக் கூடாது என்னும் எண்ணத்துடன் முகத்தைத் திருப்பிக்கொண்டு சச்சாவை நெருங்கினாள். அடிவயிற்றிலிருந்து பீறிட்டெழுந்த துக்கத்தை விழுங்கியபடி, 'நாம இப்ப ஒடனே புறப்படலாம். மேற்கொண்டு வீட்டுல போயிப் பேசி முடிவு பண்ணிட்டு, நாளைக்கே மறுபடி வந்து அட்மிட் பண்ணிடலாம்' என்கிறாள்.

நன்னி எதையோ அறிந்துகொள்ள விரும்பியவளாக மாறி மாறி இவர்கள் முகங்களைக் கவனித்துக்கொண்டிருந்தாள். தவிப்புற்ற அவளது முகம் எதையோ கண்டடைந்துவிட்ட திருப்தியையும் பிரதிபலித்தது. இவள் அடிவயிற்றில் திரண்ட சங்கடத்துடன் ராதியைத் தேடிச் சென்றாள்.

பயணத்தின் நெருக்கடிகளை மறுபடி எதிர்கொள்ள வேண்டிய நினைவே இவளுக்கு அலுப்பைத் தந்தது. சாலையில் தங்களது இருப்பிடங்களை நோக்கிச் சென்றுகொண்டிருந்தவர்களின் முகங்கள் களைப்புற்றிருந்தன. வீடுபோய்ச் சேர்வதற்குள் இருட்டிவிடும். ராதி எதையோ முணுமுணுத்தபடியிருந்தாள். இவள் கவனமின்றி அதை ஆமோதித்துக்கொண்டிருந்தாள். அவளது தடிமனான உடலை இறுக்கி அணைத்துக்கொள்ள வேண்டும்போலிருந்தது.

'ஏ.ஸி. போடணுமா?' தயக்கத்துடன் கேட்ட மகனிடம், 'ஆமாம், அதோட பைத்துக் கேசட்டையும் போடு' என உத்தரவிட்டாள்.

தன் இடுப்பை நிமிண்டப்போகும் விரல்களுக்காக இவள் காத்திருந்தாள். ராதியின் சளசளவென்ற பேச்சொலியும் குசுசப்தமும் காருக்குள் நிறையத் தொடங்கின. நன்னியின் விரல்கள் இன்னும் இடுப்பை நிமிண்டாதது இவளுக்கு வியப்பூட்டியது. பார்வையை அவள் பக்கம் திருப்பினாள். அவள் ஏதோ தீவிர யோசனையில் ஆழ்ந்திருந்தாள் என்பதை நெற்றிச் சுருக்கங்கள் உறுதிப்படுத்தின. அவள் என்ன யோசித்துக் கொண்டிருந்தாள் என்பது புரிந்தாலும் அவளை யோசிக்காமலிருக்கச் செய்வது சாத்தியமல்ல என்பதால் இவள் அமைதியாகக் கண்களை மூடிக்கொண்டாள். கண்கள் திறந்திருக்கும் பட்சத்தில் நன்னியின் முகத்தில் குடியேறியிருந்த அனுதாபத்தைப் பார்க்க வேண்டியிருக்கும். இவளுக்கு அது வேண்டியிருக்கவில்லை.

விதி

ரசீதின் மைய்யத்தை வைத்த கண் வாங்காமல் பார்த்துக்கொண்டிருந்த இசரத்துக்கு இதயம் நின்று விடும்போலிருந்தது. கண்களிலிருந்து அவளையறியாமல் கொட்டிய கண்ணீர் பார்வையை மறைத்தது. என்ன அழகான முகம்! நோயில் இவ்வளவு அடிபட்ட பிறகும் முகத்தில் கொஞ்சமும் தேஜஸ் குறையவில்லை. சட்டென எழுந்து 'சித்தி எப்பிடியிருக்கீங்க?' என்று கேட்கமாட் டானா என ஒரு நிமிடம் யோசித்தவளுக்கு அதிலிருந்த அசட்டுத்தனம் பெருத்த அயர்ச்சியைத் தந்தது. இனி அங்கு நின்றுகொண்டிருப்பதைவிட வீட்டிற்குச் சென்று விடுவதுதான் சரி என நினைத்துத் தளர்ந்த கால்களைத் தெருவை நோக்கி நகர்த்தினாள்.

வீட்டின் பின்புற வாசல் வழியாகத் தெருவை அடைந்தவளின் வழியை மறைத்து நின்றான் ரசீத். 'சித்தி பாருங்க கூடிய சீக்கிரத்துல நான் ஒரு ஹீரோவா பென்ஸ் கார்ல இந்த ஊருக்கு வருவேன். பாக்கத்தான் போறீங்க.'

இசரத் திடுக்கிட்டுப் பின்வாங்கித் தடுமாறினாள். அமைதியாகக் கிடந்த தெரு அச்சுறுத்தியது. 'சித்தி என்னை மன்னிச்சிட்டேன்னு சொல்லுங்க. நான் ஏதும் பாவம் செய்திருந்தா அல்லாவுக்காக மனம் பொறுத்துக் கங்க. தர்காவுல நீங்க சுண்ணாம்பு மொழுகினதாலதான் நான் இன்னிக்கு தீராத நோய்ல கிடக்கேன். நீங்க மன்னிச்சா எனக்கு சுகமாகும் . . .' ஈனஸ்வரத்தில் பாவ மன்னிப்பு கேட்ட குரல் காதில் மறுபடி மறுபடி ஒலிக்கத் தலை வெடித்துவிடும்போலிருந்தது.

‘யா அல்லா நான் எப்படி இந்தப் பழிச்சொல்லிருந்து மீளப்போகிறேன்?’ என்று எண்ணி இசரத் ஓட்டமும் நடையுமாக வீட்டை நோக்கி நடந்தாள்.

குறுகலான தெரு வழக்கத்தைக் காட்டிலும் குறுகியதாக மாறிவிட்டதாகத் தோற்றமளித்து அவளைக் குழப்பியது. வழக்கமாக அவளைத் துன்புறுத்தும் தெருவில் விழுந்து புரளும் வெயிலோ தெருவோரச் சாக்கடையின் நாற்றத்தைத் தன் கால்களில் கிளறிக்கொண்டிருக்கும் சேவலோ எதுவுமே இன்று அவள் கவனத்துக்கே வரவில்லை.

சாகக் கூடாத வயதில் செத்துத் தன்னை நோக்கி விரலை நீட்டிவிட்ட ரசீத் . . . எப்படி இந்தப் பழியிலிருந்து வெளியே வர முடியும்? துக்கமும் கேள்வியும் கண்ணீராய்ப் பெருக வீட்டை அடையும் அவசரத்தில் நீண்ட தெருவைப் பிரமை பிடித்தாற்போலக் கடந்துகொண்டிருந்தாள்.

மௌத்து செய்தியை நகரத்திலிருக்கும் ஷமிமாவிற்குச் சொல்லி அனுப்பலாமா எனக் காலையில் எழுந்த யோசனையை முழுவதுமாகத் துடைத்தெறிந்தாள். அவளாவது நிம்மதியாக இருக்கட்டும் எனத் தோன்றியது.

‘அக்கா என்னை இந்த ஊர்ல யாரும் கட்ட வேணாம். தாயில்லாப் பிள்ளை, மச்சினன் மாமனார் இல்லைன்னு யாரும் பழிக்கவும் வேணாம். எங்கிட்டாவது வெளிய கட்டிக் குடு. நான் சமாளிச்சுக்குவேன்’ என்று தொலைதூரத்திற்குத் தானே வலிய விரும்பி மணமுடித்துச் சென்றவளை இந்தச் செய்தியின் மூலமாக வருத்தமுறச் செய்வது தேவையில்லாத விஷயம் என்று இசரத் தனக்குள் சொல்லிக்கொண்டாள்.

‘சித்தி நான் வேணா நூர்ஜஹானக் கட்டிக்கிறேனே. தாயில்லாட்டி என்னா எனக்கு ஒன்னும் பிரச்சினையில்லை. நாங்க ஒண்ணா படிக்கிற நாள்ல இருந்து அவள எனக்கு ரொம்பப் புடிக்கும் . . .’ ரசீத் தானே வந்து கேட்டபோது இவள் அதிர்ந்துபோய்விட்டாள். சினிமா ஆசையில் வீட்டை விட்டு ஓடி ஏழெட்டு வருடங்கள் கழிந்து திரும்பி வந்திருந்தான். நெருங்கிய உறவு என்றாலும் சொந்தக் குடும்பமே அவனை வேண்டா வெறுப்பாகத்தான் ஏற்றுக்கொண்டிருந்தது. அவனுக்குப் பெண் தர ஊரில் யாருக்கும் விருப்பமில்லை. அவனுடைய பெற்றோரும் யாரிடமும் பெண் கேட்கத் தயாராக இல்லை. அஸ்மா அக்கா சொல்வாள், ‘என் மகன் நல்ல யாவாரி, சம்பாரிக்கிறான்னா நான் பொண்ணு கேட்க முடியும்? நாடோடிப் பயன்னு ஊருக்கே தெரியும் அப்புறம் நான் எந்த மூஞ்சியை வச்சுக் கேக்க?’

பெற்ற தாயே ஜாமீன் போடத் தயாராக இல்லாதபோது அவனுக்கு என்ன தைரியம் என்கிற கோபம் மனத்திற்குள் எழ, 'அதெல்லாம் முடியாதுப்பா, நான் அவளுக்கு நல்ல எடமாப் பாத்துதான் குடுக்கப்போறேன். வெளியூரா இருந்தாக் கூடப் பரவாயில்லை. இனி இங்க வந்து பொண்ணுகிண்ணு கேட்டு நிக்காத' என்று சற்றுக் கடுமையாகத்தான் சொன்னாள். தாயில்லாத பொண்ணென்றால் இந்த ஊரில் ரொம்பவும் தான் இளக்காரம். பொண்ணுக்குத் தாய் தகப்பன் அண்ணன்மாரு இருந்து சீராட்டுவதுபோல வருமா? ஆக்கிப்போடவும் சீர் கொடுக்கவும் மாப்பிள்ளைக்காரனுக்கு அவர்கள் வேணும். வெறும் பொண்ணும் நகையும் மட்டும் போதுமாக்கும். தாயில்லாமல் பேறு காலம் பார்ப்பது எப்படி? பிள்ளைகளுக்கு நல்லது கெட்டது செய்வது எப்படி? மருமகனுக்கு விருந்தாக்கிப் போடுவது எப்படி? ஊர் மிக எளிதாக நூர்ஜஹானை நிராகரித்தது.

இசரத்தை நன்னா நன்னி உயிருடன் இருந்தபோதே நல்ல விதமாகச் சீர்செய்து தூரத்துச் சொந்தக்காரன் ஹக்கிமிற்கு மணமுடித்துவிட்டார்கள். அவன் வசதியானவன் அல்ல என்பதால் மிக சந்தோசமாகவே அவனும் அவன் பெற்றோரும் ஒத்துக்கொண்டார்கள். 'இப்ராகிம் லெபை பேத்தியக் கட்டுறது அத்தனை சுளுவா என்ன? ஏதோ தாயில்லாப் பிள்ளைன்னு நம்ம வீட்டுல தள்ளிவிடுறாக' ஹக்கிமின் தாய் கனிஷா யாருக்கும் கேட்காமல் தனக்குள்ளேயே அவ்வப்போது முனகிக்கொள்வாள். பெரிய வீட்டுச் சம்பந்தம் கிடைத்த மகிழ்ச்சியை வெளியே காட்டிக்கொள்ளமாட்டாள்.

அதற்கு மாறாக ஹக்கிம் இவளைத் தங்கமாகத் தாங்கினான். நன்னா நன்னியின் மௌத்திற்குப் பிறகு இசரத்தின் இரண்டு தங்கைகளையும் தன் பிள்ளைகளாகவே ஏற்றுக் கொண்டு அன்பைக் கொட்டி வளர்த்தான். சௌதியிலிருந்து வருடம் ஒருமுறை வந்து இருபத்தெட்டு நாட்கள் தங்கியிருப்பான். அப்போது வீடே சந்தோஷத்தில் குலுங்கும். என்ன இருந்து என்ன தாயில்லாப் பிள்ளைகளாகவே ஷமீமும் நூர்ஜஹானும் ஊருக்குள் அடையாளப்படுத்தப்பட்டார்கள்.

இவர்கள் அளவுக்கு வசதியில்லாதவர்கள், ஏனோ போனால் போகட்டும் என்கிற ரீதியில் நூர்ஜஹானைப் பெண் கேட்டு வரும்போது நூர்ஜஹான் சொல்வாள், 'அக்கா எனக்கு இந்த ஊரே வேணாம். தாய் இல்லங்கற நெனப்பை நானே விட்டாக் கூட இவங்க விடாம ஞாபகப்படுத்தி நம்மள கொன்னு போடுவாங்க. விருந்து, மசக்கை, பிரசவம், எல்லாத்துக்கும் அம்மா இல்லைன்னு சொல்லிச் சொல்லியே நம்பள பழியெடுப்பாளுக. வேற ஊர்ல என்னையக் கட்டிக்குடு. மாப்பிள்ளை

பாரு.' அவள் முகம் ஆத்திரத்தில் சிவப்பதைப் பார்க்க இசரத் ரொம்பவே கஷ்டப்படுவாள்.

'வேறு ஊர்.' எளிதாகச் சொல்லிவிட்டாலும், அதன் பின்னிருக்கும் விரக்தியும் வேதனையும் அத்தனை எளிதாகக் கணக்கிடக்கூடியனவாக இல்லை. பேபியின் திருமணத்தை ஊரே வியந்து பேசியது. ஆண்களும் பெண்களும் வாய் மூடாமல் பேசிப் பேசித் தீர்த்தார்கள்.

'அதென்ன அம்புட்டு கல் மனசு இந்தக் கத்தூசுக்கு! அழகு பெத்த பொண்ண வெளியூர்ல கொண்டுபோய்க் குடுக்கிறாளே! நான் வைக்கிற கோழிக் குருமா சாப்பிட மகளும் மருமகனும் என் வீட்டுக்கு வரணும், அவ்வளவு பக்கத்துலதான் எம் மவளக் கட்டிக்குடுப்பேன்னு சொல்லுவா. இப்ப எப்புடி மனசு வந்துச்சு? ஊர்ல இல்லாத மாப்பிள்ளையோ?' என்று பெண்கள் சந்தேகத்துடன் ஓயாமல் பேசித் தீர்த்துக்கொண் டிருக்க, ஆண்களோ இப்ராகிம் பட்டணத்துல டாக்டர் மாப்பிள்ளை கெடச்சதவிட மனசு இல்லாமத்தான் இந்தச் சம்பந்தத்தை முடித்தார் என்பதைப் பொறாமை கலந்த ஆச்சரியத்துடன் பேசிக்கொண்டிருந்தார்கள்.

திருமண நாளன்று ஊரின் குறுகிய தெருக்களில் ஆங்காங்கே நிறுத்தப்பட்டிருந்த அம்பாசிடர் கார்களைக் குழந்தைகள் தீராத குதூகலத்துடன் ஓடி ஓடி எண்ணிக்கொண்டிருந்தார்கள். ஒரே நேரத்தில் இத்தனை கார்களை ஊருக்குள் யாரும் அதுவரை பார்த்ததேயில்லை. 50, 60, 83 என்று ஆளுக்கொரு கணக்கை வைத்திருந்தார்கள். தாள முடியாத பெருமிதத்தோடும் ஊரின் பொறாமையோடும் வாழப் போன பேபி பத்து ஆண்டு களில் முப்பதுமுறை கணவனின் கொடுமை தாளாமல் வந்து விட்டுப் பெற்றோரின் சமாதானத்திற்குப் பிறகு அழுதுகொண்டே போனாள். இப்ராகிம் சொல்லுவார் 'குடும்ப கவுரவம்தான் முக்கியம். பொம்பளப் புள்ள செத்தாலும் கட்டுன எடத்துல தான் சாகணும்.' ஒரு நாள் பேபி மௌத்தான செய்தி வர அவள் மையத்து மூன்று பெண் பிள்ளைகளோடு நள்ளிரவில் வந்தபோது ஊரே தூங்காமல் விழித்திருந்தது.

'ஊர்ல இல்லாத வழக்கமா வெளியூர்ல பொண்ணைக் குடுத்துத் தங்கமாப் பெத்த பொண்ணைப் பலியாக்கிட்டாளே!' என ஊரே இபுராகிமையும் கத்தூசையும் திட்டித் தீர்த்தது.

பேபியின் முடிவு முதலும் கடைசியுமாக மாறி, ஊரைத் தாண்டிப் பெண் கொடுக்கும் விஷயமே வழக்கொழிந்தது. அம்மாவைப் பற்றிய நினைவுகளில் ஆழ்ந்துகொண்டிருந்த

இசரத் சட்டென சுயநினைவுக்கு வந்தாள். வீட்டை அடைந்து பூட்டைத் திறந்து உள்ளே சென்றாள். விளக்காங்குழியில் பூட்டு, சாவியை வைத்தவளாக முற்றத்தில் மல்லிகைப் பந்தலுக்குக் கீழே கிடந்த கயிற்றுக் கட்டிலில் அமர்ந்து பந்தலை வெறித்துப்பார்த்தாள். மல்லிக்கொடிக்காக இரும்புக் கம்பி யால் அமைக்கப்பட்ட பந்தலில் இலைகளின் குளிர்ச்சிக்காக ஒண்டியிருந்த எறும்புகள் அங்குமிங்கும் ஓடிக்கொண்டிருந்தன. அடர்ந்துகிடந்த இலைகளுக்கிடையே ஆங்காங்கே அரும்புகள் தலைகாட்டிக்கொண்டிருந்தன. நூரிக்காக வெளியூர்களில் தரகர் சவுரு மூலமாக மாப்பிள்ளை பார்க்க ஆரம்பித்தபோது தான், அது அத்தனை எளிதான காரியமல்ல எனப் புரிந்தது.

ஒன்றிருந்தால் இன்னொன்று இல்லை என்பதுபோல ஒவ்வொரு சம்பந்தமும் தட்டிப் போயிற்று. அப்படி ஏதேனும் ஒன்று அமைந்து நிச்சயத்திற்கும் நாள் குறிக்கும் சமயத்தில் தரகரம்மா வருவாள் ‘நூரிக்கு இந்தச் சம்பந்தம் வேணாம். சரிப்படாது. விட்டுடு இசரத், வேறு பாப்போம்’ என்பாள். அதிர்ந்துபோய் ஏன் என்னவென இவள் பதறிய பிறகு மெதுவாகச் சொல்வாள் ‘மாப்பிள்ளை வீட்டுக்குப் பொண்ணு பத்தி தப்பா ஏதோ மொட்டக் கடுதாசு வந்திருக்குது. அதனால அவங்க யோசிக்கிற மாதிரி இருந்துச்சி. நான்தான் போங்கடின் னுட்டு வந்தேன். எடுபட்ட சிறுக்கி’ என்று சவுரு ஆத்திரத்தில் வெடிப்பாள்.

‘எனக்கு ஒண்ணும் புரியல சவுரு. இந்தப் புள்ளைய பத்தி தப்பு சொல்ல என்னா இருக்குது? வீட்டவிட்டு வெளிய நடக்காத புள்ளையில்ல! நான் அப்புடியில்ல வளர்த்தேன்’ புரியாமல் அரற்றும் இசரத்தைச் சவுரு ஆறுதல்படுத்துவாள். அடுத்த இரண்டே நாளில் மறுபடியும் பெண் பார்க்க யாரை யாவது கூட்டி வந்துவிடுவாள். ஆனாலும் இதே கதை. நான்கு சம்பந்தங்கள் தட்டிப்போன பிறகு, அவமானத்தில் ஒடிந்து கிடந்த நூர்ஜஹானைப் பார்க்கச் சகிக்காத சவுரு சொன்னாள், ‘இந்த வாட்டி நான் அந்த மொட்டக் கடுதாசிய எப்பிடியாவது வாங்கியாரன் எந்த நாயி என்னத்த எழுதிப் போடுதுன்னு பாத்துப்புட்டுத்தான் மறுசோலி’ என்று சூளுரைத்துவிட்டுச் சென்றாள்.

தட்டிப்போன ஒவ்வொரு சம்பந்தமும் அவ்வளவு நல்ல குடும்பம். நூர்ஜஹானின் உயரத்திற்கும் நிறத்திற்கும் வசதிக்கும் ஏற்ற வரன்கள். மதுரை, சென்னை, திருநெல்வேலி என்று ஒவ்வொரு ஊராகப் போய் அலைந்து பார்த்து முடிவுசெய்து சீர், செனத்தி, பரிசநகை, தேதி என்று எல்லாமும் பேசி

நிச்சயத்திற்குச் சில நாட்களுக்கு முன் வேண்டாம் என்னும் செய்தி வருவது வாடிக்கையான பிறகு, நூர்ஜஹான் கொஞ்சம் கூடக் கலங்காமல் சொன்னாள். 'விடுக்கா முட்டாப் பயக! இவனுக லச்சணம் இப்பவே தெரிஞ்சுதே. அது போதும். இல்லன்னா அம்மா மாதிரி கல்யாணம் பண்ணிட்டுப் போயி கஷ்டப்படணும்.' அவளது தைரியம் தந்த பாதுகாப்பில்தான் இசரத்தால் துக்கத்தைத் தாங்கிக்கொள்ள முடிந்தது.

இருந்தாலும் அதில் ஏதோ தவறு இருந்தது என்பதைப் பற்றி மறுபடி மறுபடி யோசித்தாலும் விளங்கவே இல்லை. ஒரு நாள் மதுரையிலிருந்து வந்து பார்த்த மாப்பிள்ளையின் அம்மா கேட்டாள் 'எனக்கு இந்த ஊரப் பத்திக் கொஞ்சம் நல்லாவே தெரியும். வெளியூருக்குப் பொண்ணுகள குடுக்கவே மாட்டாக. தரகர் சவுரு வந்து இந்த ஊர்ல இங்கே பொண்ணுருக்குன்னு சொன்னதும் நான் நம்பவேயில்லை. நிசமானு ரெண்டு மூனுதரம் கேட்டு ஊர்சிதம் பண்ணிக்கிட்டேன். ஆமா உள்ளதச் சொல்லுங்க. என்னத்துக்கு வெளியூரு மாப்பிள்ளை பாக்குறிங்க?' மாப்பிள்ளையின் தாயார் வியப்புடன் கேட்டாள். அதற்கு 'இதுல சொல்ல என்ன இருக்கு? எங்க பொண்ணுக்கு ஏத்த மாப்பிள்ளை இங்க இல்லை. நீங்கதான் பாக்குறிங்க இல்ல இந்தப் பொண்ணோட அழக. பின்ன என்ன செய்ய? காரேரி ஊர் ஊரா அலைஞ்சு பையன் பாக்கறதுக்கு எனக்கு மட்டும் ஆசயா என்ன?' என்று இசரத் மிக இயல்பாகப் பொய் சொன்னாள். இந்த ஊர்க்காரர்கள் தாயில்லாதவள் என்றால் பெண்ணெடுக்கமாட்டார்கள் என்னும் விஷயத்தை அவளிடம் எதற்காகச் சொல்ல வேண்டும் என்று மனசுக்குள்ளாக நினைத்துக்கொண்டாள்.

ஆனாலும் பையனின் அம்மாவுக்குத் திருப்தி ஏற்பட வில்லை என்பதை அவள் முகம் காட்டிக்கொடுத்தது. பிறகு அவர்களாகவே வேண்டாம் என்று சொல்லி அனுப்பி விட்டார்கள்.

சவுரு கேட்டாள், 'நான் என்னா கேக்குறேன்னா, தாயில்லாப் பொண்ணை நீ என்னத்துக்கு இப்புடி ஊர் தாண்டிப் போய்க் கட்டிக்குடுக்கற? இங்கே இவளுக்குன்னு ஒருத்தன் பொறக்காமலா இருப்பான்?' அவள் அக்கறை புரிந்தாலும், இசரத் தீர்மானமாகச் சொன்னாள் 'இல்லை, இங்கே நமக்குச் சமமா இருக்கறவுகளுக்கு, நம்மகிட்ட பொண்ணு கட்டுறது எளக்காரமா இருக்கு. மகனை மாமியார் இல்லாத எடத்துல விடமாட்டாகளாம். அதான்...'

ஊர் தனக்கான சில விதிமுறைகளை எப்போதும் விட்டுக் கொடுக்காமல் பின்பற்றுகிறது. திருமண விஷயத்தில் அதிகப்

படியாகவே பின்பற்றுகிறது. நடைமுறைக்குள் இருக்கிற விஷயங்களை யாரும் விட்டுத்தருவதில்லை.

பொண்ணைப் பேசி முடித்த நாளிலிருந்து தொடங்குகிற சீர்முறை பல ஆண்டுக் காலத்திற்குத் தொடரக்கூடிய ஒன்று. வகை வகையான பலகாரங்களிலிருந்து மளிகைச் சாமான், விருந்து, நகை, துணி எனக் குறைந்தது ஏழு ஆண்டுகளுக்கு ரம்ஜான், பக்ரித், கந்தூரி, மசக்கை, பிள்ளைப்பேறு என ஒவ்வொன்றுக்கும் சீர்.

மாதக் கணக்காக வருடக்கணக்காக மருமகனை வீட்டில் வைத்துப் பராமரிக்கும், யாராலும் மாற்ற முடியாத விதிமுறை தான் நூர்ஜஹானுக்கு எரிச்சலைத் தந்திருக்க வேண்டும்.

கடைசியாக நின்றுபோன சம்பந்தம் திருநெல்வேலி நகைக் கடைக்காரர் வீட்டுச் சம்பந்தம். அன்றுதான் இசரத் மன மொடிந்து அழுது புரண்டாள். 'எந்தச் சண்டாளப் பாவி மொட்டைக் கடுதாசி எழுதி எம்புள்ள வாழ்க்கையை நாசமாக்கு னானோ அவன் நாசமாப்போக' என்று முதல்முறையாகத் தெருவில் நின்று மண்ணை வாரித் தூற்றினாள். அவள் அழுகையைத் தடுத்து நிறுத்த நூர்ஜஹானும் ஷமீமும் ரொம்பவே கஷ்டப்பட்டார்கள். அந்தச் செய்தியைக் கொண்டுவந்து சேர்த்த சவுரு மட்டும் அப்படியே அமைதியாக முற்றத்துக் கட்டிலில் அமர்ந்து எதையோ யோசித்துக்கொண்டிருந்தாள்.

வீட்டு வேலை செய்யும் அசனம்மா அடுக்களையில் பாத்திரங்களை உருட்டி, அம்மியரைத்துக்கொண்டு நூர்ஜஹானின் வயதுக் கணக்கை முனகிச் சாபமிட்டுக்கொண்டிருந்தாள். அமைதியின் கனம் தாளாமல் வீடு மூழ்கிவிடுமோ என்று அச்சமடைந்த சவுரு எழுந்து போனாள். அவள் நடையில் ஏதோ வேகமிருந்ததை அறை ஒழுங்கிலிருந்து நூர்ஜஹான் கவனித்தாள்.

மறுநாள் இடுப்பில் சொருகிய சுருக்குப்பையை இழுத்து எடுத்தவாறு சவுரம்மா வீட்டிற்குள் நுழைந்த விதத்தில் ஏதோ துடிப்பு தெரிந்தது. விறகடுப்பில் உலை கொதித்த சத்தத்திற்குள் அமிழ்ந்துகிடந்த இசரத் சவுரம்மாவின் மீது வெறித்த பார்வையைச் செலுத்தினாள். 'இந்தா இதப் படிச்சுப் பாரு.' சுருக்குப் பைக்குள் வெற்றிலையோடு வெற்றிலையாகச் சுருண்டுகிடந்த ஊதா நிற இன்லேண்ட் கடிதத்தை எடுத்துத் தந்தாள்.

'இதுதான் அந்தச் சண்டாளப் பய மாப்புள்ள வீட்டுக்கு எழுதுன லெட்டரு. நல்லாப் பாரு நம்ம ஊருல எவன் எழுதுனான்னு தெரியுதா?' என்று சொன்ன சவுரம்மாவின்

கறுத்துச் சுருங்கிய விரல்களை இசரத் ஒரு நிமிடம் திகைத்து வெறித்தாள். 'யாரோ ஒருவன் எதற்காகவோ தொடர்ந்து நூர்ஜஹானின் திருமணத்தை நிறுத்திக்கொண்டிருக்கிறான். அதற்கு ஒரு பொய்யான காரணத்தையும் உருவாக்கியிருக்கிறான். என்றாலும் அது என்ன காரணம் என்பதை அறிந்துகொள்ளப் போகிறோம்' என்பதே உடலில் கூச்சத்தையும் துக்கத்தையும் உண்டாக்கிற்று. 'கடிதத்தைப் படித்துக் காரணத்தை அறிந்து கொள்வதன் மூலமாக நாம் என்ன செய்ய முடியும்? ஏன் அறிந்துகொள்ள வேண்டும்?' என்னும் கேள்விகளினூடே பிரமை பிடித்தாற்போல உட்கார்ந்திருந்தாள்.

'அட எடுத்துப் படிங்கிறேன் இல்லை. எனக்குத்தான் படிக்கத் தெரியாது. நீயாச்சும் படி' வெற்றிலைக் காம்பைக் கிள்ளியபடி சொன்னவளின் குரலில் அழுத்தம் தெரிந்தது.

அவள் வற்புறுத்தலைத் தட்ட முடியாத நிலையில் அந்தக் கடிதத்தைக் கையில் எடுத்து மடிப்புகளை நீவிப் பிரித்தெடுத்துப் படிக்கத் தொடங்கினாள்.

கடிதம் அழகான முத்து முத்தான கையெழுத்தில் எழுதப் பட்டிருந்தது. 'உண்மையானவர்களே, உங்களிடம் சொல்கிறேன். நீங்கள் உங்கள் மகனுக்குப் பேசி முடித்திருக்கும் பெண் நூர்ஜஹான் ஒழுக்கமான பெண்ணல்ல. அதனால்தான் உள்ளூரில் யாரும் மண முடிக்க மறுக்கிறார்கள்.

இப்படிக்கு,
உங்கள் நண்பன்.'

இசரத்துக்கு இதயமே வெடித்துவிடும்போலிருந்தது. 'அடப்பாவிகளா' என அவளையுமறியாமல் வாய் முணு முணுத்தது. கண்ணீர் கொப்பளித்தது.

'ஏண்டியம்மா கலங்குற? அல்லா இருக்கான் விடு. அவன் அவனுக்குச் செய்த பாவத்துக்குக் கியாமத் நாள்ல கூலி இருக்கு. அல்லா குடுப்பான். கவலைப்படாத' வெற்றிலை மென்ற வாயிலிருந்து எச்சில் தெறிக்கச் சவுரம்மா சாபமிட் டாள். கூடவே 'இதை எந்தப் பய மவன் எழுதியிப்பான்னு ஏதும் தெரியுதா?' என்றாள்.

கடிதத்தில் அனுப்பியவர் பெயரோ முகவரியோ இல்லை. எந்த ஊரிலிருந்து அனுப்பப்பட்டது என்பதைத் தபால் அலுவலக முத்திரையின் வழியே அறிந்துகொள்ள இசரத் முயன்றாள். சரியாகப் பதியப்படாத ஆங்கில எழுத்துகளை யூகத்தின் வழியே கூட்டிப் படித்து 'உளுந்தூர்ப்பேட்டை' என்று மட்டும் முனகினாள்.

'எவன் எழுதிருப்பான்னு எப்படித் தெரியும் சவுரம்மா? மொட்டக் கடுதாசி போடுற நாயி பேர எழுதவா போகுது? இப்படியே வர்ற சம்பந்தத்தைக் கெடுக்குறாகளே நான் என்னத்த பண்ண ...?' இசரத் இடிந்துபோய் அழ ஆரம்பித்தாள்.

அக்காவின் அழுகுரல் கேட்டு என்னவோ ஏதோவென்ற பதற்றத்துடன் அடுப்படிக்குள் ஓடி வந்த நூரிக்குச் சற்று நேரம் ஏதும் புரியவில்லை. அமைதியாக அழுதுகொண்டிருந்த சகோதரியையும் அவள் கையிலிருந்த கடிதத்தையும் மாறி மாறிப் பார்த்தவளிடம் சவுரம்மா தன் சுருக்குப் பையில் கைவிட்டு மறுபடியும் ஒரு கடிதத்தை எடுத்துக்கொடுத்து, 'இந்தா, இதையும் படி. இந்தக் கடுதாசி விழுப்புரம் மாப்பிள்ளைக் காரன் வீட்டுக்கு வந்தது. அவனும் மாட்டேன்னுட்டு ஓடிப் போனான் இல்லை ...' என்றாள்.

அக்காவின் கையிலிருந்த கடிதத்தையும் சவுரம்மாவின் கையிலிருந்த கடிதத்தையும் வாங்கிப் பிரித்துப் படிக்க ஆரம்பித்தவளின் முகம் சட்டென அவமானத்தால் சுருங்கிப் போனது. ஆனாலும் அவள் இசரத்தைப் போல அழவில்லை. சுருங்கிய முகமும் ஓரிரு நொடியில் தெளிவுபெற்றதைச் சவுரம்மாவும் இசரத்தும் ஆச்சரியமாகப் பார்த்தார்கள்.

அவளுக்குத் தெரிந்தால் எப்படியெல்லாம் வேதனைப்படு வாள் என்று இசரத் பயந்தாளோ அப்படி ஏதும் நடக்கவில்லை. ஒரு வார்த்தைகூடப் பேசாமல் அந்த இடத்தைவிட்டு விறுவிறு வென நடந்து தனது அறைக்குள் நுழைந்துகொண்டாள்.

சவுரம்மாவும் இசரத்தும் ஒன்றும் புரியாமல் ஒருத்தரை ஒருத்தர் பார்த்துக்கொண்டு நீண்ட நேரம் அமர்ந்திருக்கச் சோறு வெந்து குழைந்துகொண்டிருந்த மணம் வீடெங்கும் பரவியது.

தான் பள்ளியில் படித்தபோது தனக்கு வந்த முதல் காதல் கடிதமும் அந்தக் கையெழுத்தும் நூர்ஜஹானுக்கு எப்படி மறந்துபோகும்? பதின்மூன்று வயதில் தனக்கு வந்த கடிதத் தின் வார்த்தைகளும் கையெழுத்தும் அவள் மனத்தில் அப்படியே பதிந்துகிடந்தன. யாரும் அழிக்க முடியாத அளவுக்கு மனசில் ஆழமாக இருந்த அதே கையெழுத்து இன்று இந்தக் கடிதங்களிலும் அவளைப் பற்றிய அவதூறைப் பதிவுசெய்திருந் ததை மனவேதனையுடன் எதிர்கொண்ட நூர்ஜஹானுக்கு அன்றிரவு தன் வாழ்வை முடித்துக்கொள்ள ஒரு பாலியஸ்டர் சேலை போதுமானதாக இருந்தது.

மனம் உடைந்து கதறிய இசரத்துக்குச் சவுரம்மா சொன்னாள், ‘சபுர் செய்யுங்க மக்களே, அல்லா போதுமானவன்.’

வீட்டிற்குள் மையத் கிடத்தப்பட்டிருக்கத் தெருவில் நின்று மண் வாரித் தூற்றிக்கொண்டிருந்தாள் இசரத், ‘என் தங்கச்சிக்குக் கெடுதல் செய்தவனைக் கேட்டுக் குடுக்கச் சொல்ல நான் நாகூர் தர்காவுல சுண்ணாம்பு மொழுகப்போறேன்.’

அதிர்ச்சியில் ஊரே உறைந்து நின்று வேடிக்கை பார்த்துக் கொண்டிருக்கச் சவுரு திட்டினாள் ‘ஏண்டி வாய்க்குப் பத்தாம பேசுற? அல்லாகிட்ட வைப்பியா, கத்தாதே’ என்று சமாதானப் படுத்தி வீட்டிற்குள் கூட்டிக்கொண்டு வந்தாள்.

தன்னையுமறியாமல் வழிந்த கண்ணீரை இசரத் சேலை முந்தானையால் ஒத்தியெடுத்தாள்.

சில நாட்களுக்கு முன்பாக, தொலைபேசியில் அழைத்த ரசீதின் சகோதரன் அபிபுல்லா, ‘சித்தி உங்ககிட்ட ரசீது பேசணுமாம்’ என்றபோது இவளுக்குக் குழப்பமாக இருந்தது. ‘ஏன் என்ன விஷயம்?’ என்றவளிடம், ‘அவனுக்கு ரொம்ப உடம்பு முடியல சித்தி. வேலூர் சிஎம்சியிலதான் சேத்துருக்கோம். ஏன்னு தெரில. ஒங்கிட்ட பேசணும்னு சொன்னான். குடுக்கட்டுமா?’ என்றவன் இவள் பதிலை எதிர்பார்க்காமல் தொலைபேசியை ரசீதின் கைகளில் கொடுத்திருக்க வேண்டும்.

‘சித்தி என்னை மன்னிச்சுட்டேன்னு சொல்லுங்க. அல்லாவுக்காக மனம் பொறுத்துக்கங்க. நீங்க நாகூர் தர்காவுல சுண்ணாம்பு மொழுகுனதாலதான் நான் இன்னைக்குத் தீராத நோய்ல கெடக்கிறேன். மன்னிச்சிட்டேன்னு சொல்லுங்க. எனக்குச் சுகமாயிரும் . . .’

இசரத் மனமுடைந்து அழத் தொடங்கினாள்.

இருள்

இருள் கவியத் தொடங்கியதும் ஜன்னத்திற்கு இரவுக்கு என்ன சமைக்கலாம் என்னும் யோசனை வந்தது. தோசையா சப்பாத்தியா என்று ஆலோசித்துச் சப்பாத்தி என முடிவெடுத்தாள். அப்போதுதான் மஃரிபு தொழுகை முடித்தாள். யாசின் ஓதிவிட்டு கையோடு இஷாவும் தொழுதுவிடலாமா என யோசித்தாள். இப்போது மாவு பிசைந்து வைத்துவிட்டால் தொழுது விட்டுச் சுடுவதற்குச் சரியாக இருக்கும். மாமியார் பசிக்கிறது என்று சத்தம் போட்டால் கஷ்டம்.

'சரி இப்பவே மாவு பிசைஞ்சுடலாம்' எனத் தனக்குள் ளேயே முணுமுணுத்தவள் கையிலிருந்த யாசீன் கிதாபைப் டீப்பாயின் மீது வைத்துவிட்டு அடுப்படிக்குச் சென்றாள்.

சுவிட்சைத் தட்டிய சமயம் எலி ஒன்று காலில் குதித்து இருட்டுக்குள் ஓடி மறைய 'ஐய்யோ' என்று அலறிச் சுதாரித்து 'சனியன் பிடிச்ச எலி' என்றாள்.

'என்னா சத்தம்? எதுக்கு ஐயோன்னு அலர்ற?' என அடுப்படிக்கு வந்த கதீஜா 'என்னா எலிய நீ பாத்ததே யில்ல? இப்படிக் கத்துற. மஃரிபு நேரத்துல குடியானச்சி மாதிரி ஐயோங்கற. அல்லானு சொல்லமாட்ட?' என்று கேட்டாள்.

மாமியார் வந்து திட்டிவிட்டுப் போனதில் ஆத்திரப் பட்டாலும் பதில் சொல்ல முடியாது என்பதால் அமைதி யாகக் கோதுமை மாவுப் பாத்திரத்தைக் கையிலெடுத் தாள். வாய்க்குள் மனசுக்கு மட்டும் கேட்கும்படி 'வேணும்னா கத்துவாங்க?' என்று சொல்லிக்கொண்டாள்.

தனக்கு, மாமியாருக்கு, கணவருக்கு மொத்தம் பத்துச் சப்பாத்திகள் எனக் கணக்கிட்டு மாவை எடுத்துப் பிசைய ஆரம்பித்தாள். முழங்கையில் சுளீர் சுளீர் என்று வலித்தது. எதிலும் கையை இடித்துக்கொண்டோமோ என வலிக்குக் காரணத்தை யோசித்தாள். எதுவும் நினைவுக்கு வராத நிலையில் வலியோடு மாவைப் பிசைந்தவளுக்கு, நேற்று வீட்டு வாசல்படியில் நின்றுகொண்டு குழந்தைக்குச் சாப்பாடு ஊட்டிக் கொண்டிருந்தபோது ரஹீம் வேகமாக வந்து கையைப் பிடித்துத் தரதரவென இழுத்துக்கொண்டு போய் வீட்டிற்குள் தள்ளியது நினைவுக்கு வந்தது. ‘என்னத்துக்குத் தெருவுல நின்னு சாப்பாடு ஊட்டுறெ? போறவன் வறவன்ட்ட அழகக் காட்டிக்கிட்டு’ என்று கத்தினான். கை வலிக்கு அதுதான் காரணம். இன்று தான் வலி தெரிகிறது.

இன்னும் எத்தனை காலத்துக்கு இப்படிக் கஷ்டப்படப் போகிறோம் என்று நினைத்துக்கொண்டாள். அம்மாவின் குரல் ஞாபகம் வந்தது. வீடுன்னா சண்டைதான், புருஷன்னா திட்டதான் செய்வாங்க.

இரவு தூங்கும் முன்பாகக் கை வலிக்கு அயோடெக்ஸ் தடவ வேண்டும் என நினைத்துக்கொண்டாள். சென்ற வாரத்தில் ஒரு நாள் இப்படித்தான் குழந்தைக்கு உடம்பு சரியில்லை என்று காய்ச்சல் மருந்து இருக்கிறதா எனக் கேட்பதற்காக மாடியில் வாடகைக்குக் குடியிருக்கும் வனிதாவிடம் போயிருந் தாள். அங்கே வனிதாவின் கணவன் அப்போதுதான் ஊரிலிருந்து வந்திருந்தான். அவன் கதவைத் திறந்துவிட்டதும் இவள் பயந்து தான் போனாள். பட்டென்று தலையில் இருந்த முக்காட்டை முகம் மறையும்படி இழுத்துவிட்டுக்கொண்டு ‘ஒண்ணுமில்லை. பிறகு வாரேன்’ என விருவிருவென இறங்கி ஓடி வந்தவளை ரஹீம் கீழிருந்து முறைத்தான்.

‘என்ன அவன் இருக்கானேன்னு போய்க் காட்டப் போனியா?’ பல்லைக் கடித்தான். சட்டெனத் தலையில் ஓங்கிக் கொட்டினான். இவளுக்கு இதயமே நின்றுவிடும்போலிருந்தது. அவமானத்தில் கூனிக் குறுகியவள் பேசாமல் வீட்டிற்குள் ஓடி அறைக்கதவைத் தாழிட்டுக்கொண்டு, கேவிக் கேவி அழ ஆரம்பித்தாள். அன்றிரவு முழுக்க அழுது தீர்த்தது நினைவுக்கு வந்தது. அந்த வலியே இன்றும் இருக்கத்தான் செய்தது ‘அயோடெக்ஸாவது மண்ணாங்கட்டியாவது’ என்று முணு முணுத்தாள்.

குழந்தைக்குப் பால் காயவைத்துப் பாட்டிலில் எடுத்துக் கொண்டு ஹாலுக்கு வந்தாள்.

‘குப்பி உங்களுக்கு இப்பவே சப்பாத்தி சுடட்டுமா? இல்லை இஷா தொழுதிட்டுச் சுடட்டுமா?’ என்றாள். குரானில் கவனமாக எதையோ ஓதிக்கொண்டிருந்த கதீஜா அவசரமாகத் தலையை உயர்த்தி ‘எனக்கொன்னும் இப்பச் சுட வேணாம்’ என்றுவிட்டு மறுபடி தொடர ஆரம்பித்தாள்.

‘பெறகு மச்சானுக்குச் சுடறப்போ சாப்பிடறீங்களா?’

‘அவன் ஊருக்குல்ல போயிருக்கான். கோயம்புத்தூர்ல சரக்கெடுக்கணுமாம். நாளைக்கிதான் வருவான்’ என்ற கதீஜாவிடம், ‘எங்கிட்ட சொல்லவேயில்ல’ என்றாள். ‘ஏன் மகாராணி ஒங்கிட்டச் சொல்லிட்டுத்தான் போகணுமா?’ ஆத்திரமாக ஒலித்தது கதிஜாவின் குரல்.

‘இல்லெ நீங்களாவது சொல்லியிருக்கலாம். நான் சப்பாத்திக்கு மாவு பிசையறதக் குறைச்சுருப்பேன்.’ அவமானத் தாலும் இயலாமையாலும் குரல் இறுக, பதிலை எதிர்பார்க்கா மல் தன் அறைக்குள் நுழைந்துகொண்டாள்.

தொட்டிலில் இருந்து குழந்தையைத் தூக்கி மடியில் கிடத்திப் பாலூட்டத் தொடங்கியவளுக்கு அவன் எப்போது நம்மை மதித்தான் இன்று மதித்துச் சொல்லிவிட்டுப் போக என்றிருந்தது. இப்போது அவளது ஒரே கவலை இன்று இரவு அறையில் தனியாக ரஹீம் இல்லாமல் படுக்க வேண்டும் என்பதுதான். ‘யா அல்லா எப்படி தூங்கப்போகிறேன்?’ என்று முணுமுணுத்தாள். எத்தனைமுறை சண்டை போட்டு அம்மா வீடு போனாலும் இரவு படுப்பதற்கு இங்கு வந்து சேர்ந்து விடுவாள்.

இந்த அவமானங்கள் எப்போது பழகுமோ தெரியவில்லை. அதற்காகக் காத்திருக்க ஆரம்பித்திருந்தாள். கொஞ்சம் பொருத்தம் பார்த்துத் திருமணம் செய்திருக்கலாம் என்று நினைத்துக்கொண்டாள். ஜோடிப் பொருத்தம் பார்க்காதது எத்தனை பெரிய துன்பமாக மாறியிருந்ததை யோசித்தாள்.

‘நீ ரொம்ப அழகுன்னு நெனப்போ மூஞ்சில ஆசிட் ஊத்திடுவேன்.’

ஒருமுறை ஹோட்டலில் சாப்பிட்டுக்கொண்டிருந்தபோது சர்வரிடம் இவன் காபி கேட்டான். அவன் ஏதோ ஞாபகத்தில் காபியை இவளுக்குக் கொண்டு வந்து தந்துவிட்டுச் சென்ற பிறகு இவன் சொன்னான், ‘உன் மொகரையை மூடு. புர்கா போட்டா போதுமா? மூஞ்சிய எவன்கிட்டக் காட்டத் தொறந்து போட்டிருக்க?’ அதற்குப் பிறகு இவன் பேசிய வார்த்தைகளை இப்போதும் நினைத்துப் பார்க்கவே முடியவில்லை.

இரவு உணவுக்குப் பிறகு படுக்கையில் குழந்தையை அருகில் போட்டு இறுக்கி அணைத்து அமர்ந்து ஆயத்தல் குர்ஷியை ஏழுமுறை ஓதி நெஞ்சில் ஊதிக்கொண்டாள். அம்மா குளத்தூர் அஜரத்திடம் மந்திரித்துக் கட்டிவிட்ட தாயத்தை நெஞ்சின் மீது வைத்து இறுகிப் பிடித்துக்கொண்டாள். ரஹீம் இல்லாமல் தூக்கம் வருமா? அப்படி வந்தாலும் கனவு வராமல் இருக்குமா? அல்லது தூங்காமல் உட்கார்ந்தே இருந்துவிடலாமா? என்றெல்லாம் யோசித்தவள் ஆயத்துக் குர்ஷியின், தாயத்தின் துணையைப் பெரிதும் நம்பித் தூங்கலாம் என முடிவுசெய்தாள். கையில் தடவிய அயோடெக்ஸை வாசனை பிடிக்காமல் முகத்தை மூடிக்கொண்டு தூங்க முயன்றாள். அதற்கும் முன்பாக ஜன்னல்கள், கதவு எல்லாமும் தாழிட்டோமா என மறுபடி பார்த்து உறுதிசெய்துகொண்டாள்.

மிக மிருதுவான அணைப்பில் கழுத்தில் பதிந்த முத்தத்தில் கிறங்கித் தவித்தாள். உடல் முழுக்க நீந்திக்கொண்டிருந்த அதன் உதடுகள் இவள் மார்புகளில் வந்து தேங்கத் தடையாகக் கிடந்த உடைகளை ஆவேசத்துடன் கழற்றி எறிந்து அதன் கைகளுக்குள் புகுந்துகொண்டாள்.

திடுக்கிட்டுத் தூக்கத்திலிருந்து வாரிச்சுருட்டி எழுந்து படுக்கையில் தூத்தூ என்றுவிடாமல் காரித்துப்பினாள். உடல் அருவருப்பாலும் பயத்தாலும் வியர்த்துக்கொட்டி நடுங்கிக் கொண்டிருந்தது. 'அல்லா' என முனகியவள் ஆயத்துல் குர்ஷியை மறுபடி மறுபடி சொல்லி அரற்ற ஆரம்பித்தாள். தன்னையுமறியாமல் உடலைத் தடவிப்பார்த்து உடைகளோடு தான் இருந்ததை உறுதிப்படுத்திக்கொண்டாள். தன்மீது விழுந்து உறவுகொண்ட கனத்த உருவம் எங்கே போயிற்று? கனவென்றால் இப்படித் தத்ரூபமாக எப்படி இருக்கக்கூடும் என யோசித்தாள். கைகளை இடுப்பிற்குக் கீழே கொண்டு சென்று தொட்டுப் பார்த்து மேலும் மேலும் உறுதிசெய்து ஆசுவாசப்படுத்திக்கொண்டாள். பயத்தில் அழ வேண்டும்போலிருந்தது. இன்னும் விடிய நேரமிருந்தது என்னும் நினைவு மீதி இரவை எப்படிக் கழிப்பதெனப் பயமுறுத்தியது. இத்தனை நேரம் தன்னை எழவிடாமல் உறவுகொண்ட அந்தப் பிசாசு இன்றும் இதே அறைக்குள்தான் ஏதேனும் ஓரிடத்தில் அமர்ந்திருக்கும் எனத் தோன்றியது. அந்த எண்ணம் தந்த பதற்றத்தில் அவசரமாக எழுந்து படுக்கையோரமிருந்த பீரோவைத் திறந்து குரானை எடுத்து நெஞ்சோடு அணைத்துக்கொண்டாள். ஒலுவின்றிக் குரானைத் தொடக் கூடாது என்னும் நினைவை உதறி எறிந்தாள்.

நிமிடத்தில் பயம் மறைந்து தெம்பு வந்ததை உணர்ந்து லைட்டைப் போட்டாள்.

நேரம் பின்னிரவு ஒருமணி. இன்னும் நான்கு மணிநேரம் தூங்காமல் எப்படி விழித்திருப்பது என்று கவலை ஏற்பட்டது. ஊருக்குப் போன கணவனின் மீது கடும்கோபம் வந்து, 'சனியன் புடிச்ச பேய் ஏன் என்னைய இப்புடி வெரட்டுது?' என்று சொல்லிக்கொண்டாள். அவளுக்கு இது புதிதான விஷயமல்ல. இப்போதெல்லாம் ரஹீம் இல்லையென்றால் இந்தப் பிசாசு எப்படியும் வந்துவிடுகிறது. நிச்சயமாக அது ஆண் பேய்தான். சந்தேகமில்லை உடம்பெல்லாம் முறித்துப்போட்டது போன்ற வலி பயத்தை இரட்டிப்பாக்கியது.

முதலில் இன்னொரு அறைதான் இவர்கள் படுக்கையறை யாக இருந்தது. அப்போது இந்த அமுக்கினிப் பேய் வந்தபோது இவள் ஒரே ஆர்ப்பாட்டம் செய்துவிட்டாள். 'நான் இந்த அறைக்குள் படுக்கவேமாட்டேன்' என்று உறுதியாகச் சொல்லி விட்டாள். நாத்தனாரோ 'டிவில பேய்ப் படம் பாத்துருப்ப அதான். இனி அது மாதிரி படம் பாக்காத. கண்டதையும் கனவுல கண்டு பயப்படாத' என்று சொன்னாள்.

இவளுக்கும் அது சரிதானோ என்றிருந்தது. பிறகு வந்த நாட்களிலும் அது நிகழ்ந்தபோது கனவுக்கும் நினைவுக்கும் உள்ள இடைவெளியைப் பிரித்துப் பார்த்துக் கனவல்ல என முடிவுசெய்தாள்.

ஒருமுறை பக்கத்து வீட்டுச் சைத்தூன்பீவி சொன்னாள், 'உங்க மாமனார் இந்த இடத்தை வாங்கி வீடு கட்டுறதுக்கு முன்னாடி அது அருணாசலம் முதலியாருட்ட இருந்துச்சு. அப்ப அவுக வீட்டுப் பண்ணைக்காரன் ஒருத்தன் வேப்ப மரத்துல தூக்குப்போட்டுச் செத்துட்டான். சின்ன வயசுப் பய. அந்த மரம் இந்த ரூம் கட்டுன எடத்துலதான் இருந்துச்சு.'

பிறகுதான் மாமியாரிடமும் ரஹீமிடமும் அடம்பிடித்து அடுத்த அறைக்குத் தன் படுக்கையை மாற்றிக்கொண்டாள். வீட்டில் அஜரத்துகளை வைத்துச் சலாத்துன் ஆரியா பாத்திஹா ஓதினார்கள். இந்த அறைக்கு வந்த பிறகும் அதே கதைதான். அம்மா குளத்தூர் அஜரத்திடம் ஓதிவிட்டு மந்திரித்த தாயத்து கட்டிவிட்டாள். இவள் ஓதாமல் ஒரு நாள்கூடப் படுப்பதில்லை. நீண்ட நாள் போராட்டத்திற்குப் பிறகுதான் இவளுக்கு ஒரு விஷயம் புரிந்தது. ரஹீமுடன் படுக்கும்போது மட்டும் பேய் வருவதில்லை. அது எந்த அறையாக இருந்தாலும்.

எப்போதெல்லாம் பேய் வந்து தன்னுடன் உறவுகொண்டது என ஆற அமர உட்கார்ந்து யோசித்தாள். ரஹீம் இல்லாத எல்லா நாட்களும் பேய் வந்தது நினைவுக்கு வர, இனி ரஹீம் இல்லாமல் படுக்கவே கூடாது என்று வைத்துக்கொண்டாள்.

இவள் எதைச் சொன்னாலும் அவனுக்கு எரிச்சல்தான். 'போடி போ. பேய் வந்து அமுக்குதாம்' என்று சொல்லிவிட்டுப் போய்விடுவான். அதற்கு மேல் சொல்வதற்கு அவனுக்கு எதுவும் இருக்காது. இவள் பிறகு அவனிடம் இது பற்றிப் பேசுவதை நிறுத்திக்கொண்டாள். எதிர், பக்கத்து வீட்டுப் பெண்களிடம் மட்டும் இந்தப் பேய் விவரங்களைக் கேட்டுத் தெரிந்துகொண்டாள். ஒவ்வொருவருமே அந்தப் பேய் அமுக்கியதைச் சொன்னாலும், அது ஒருமுறையோ இரண்டுமுறையோதான் என்றார்கள். அந்தப் பேய் தன்னை அடிக்கடி வந்து அமுக்குவதாக இவள் சொன்னாள். 'அப்போ உங்க வீட்டுல நிச்சயமா பேய் இருக்கு. எதுக்கும் பெரிய ஆளு யாரையாச்சும் கூப்புட்டுப் பாத்திஹா ஓதுங்க' என்றார்கள்.

கதீஜா சொன்னாள் 'நான் கஷ்டப்பட்டுக் கட்டுன வீடு. இதுல பேயாவது பெசாசாவது? நீதான் பெசாசு. போவியா?' இவள் இப்போதெல்லாம் யாரிடமும் எதுவும் சொல்வதில்லை. இரவுகளில் ரஹீமுடன் இருக்குமாறு மட்டும் பார்த்துக் கொண்டாள். அவன் இல்லாமல் படுப்பதைத் தவிர்ப்பது குறித்து யோசித்துக் காரணங்களை உருவாக்கினாள். அவன் ஊருக்குக் கிளம்பும் நாட்களில் அவனில்லாமல் தூக்கம் வருவதில்லை என்று காதலில் உருகி அவனைப் போகவிடாமல் தடுத்தாள்.

தான் எத்தனைதான் அவமதித்தாலும் இவள் தன்மீது காட்டும் காதலின் தீவிரம் புரியாமல் குழம்பினாலும் அதை வெளிகாட்டிக்கொள்ளாமல் அவனும் காலத்தை ஓட்டினான். மாடிக்குச் செல்கிறாளா, தெருவில் நிற்கிறாளா, வேறு எந்த ஆண்களிடமாவது பேசுகிறாளா என்று ரஹீம் எப்போதும் கண்காணிப்பினூடேயே நேரத்தைக் கடத்தினாலும், இவள் தன்னை நேசித்த விதம் யதார்த்தமான விஷயமாகத்தான் அவனுக்குத் தோன்றியது. மனைவிக்குக் கணவனை நேசிப்பது தவிர வேறு என்ன வேலை என அடிக்கடி தனக்குள் சொல்லிக் கொள்வதன் வழியே அவளது அதீத அன்பு குறித்த தன் சந்தேகங்களை இல்லாமலாக்கிக்கொண்டான்.

மறுபடியும் நிகழ்காலத்திற்குள் வந்த ஜன்னத் வியர்வையில் குளிர்ந்து நடுங்கிய உடலை மெதுவாகப் படுக்கையில் கிடத்தினாள். குழந்தை ஆழ்ந்த தூக்கத்திலிருந்தாள். அறையின் ஏதேனும் ஓரிடத்தில் அமர்ந்து அந்தப் பேய் தான் உறங்குவதற்காகக் காத்திருந்ததாக நம்பினாள். அந்த நம்பிக்கையின் ஊடே தூக்கத்தை அனுமதிக்கக் கூடாது என்னும் வைராக்கியத்தை ஏற்படுத்திக்கொண்டாள்.

மறுபடியும் கை வலியை உணர்ந்தாள். இந்த மருந்துக்கு வலி கேக்கவில்லை. டாக்டரிடம் போனால் சரியாகும். ஆனால் 'நீ இழுத்துவிட்டுத்தான் கைவலி' என்று அவனிடம் எப்படிச் சொல்வது? 'டாக்டரிடம் காட்ட வேண்டும்' என்று சொன்னாலும் தொலைந்தாள். 'டாக்டரப் பாக்கணுமோ? அப்பத்தான் சரியாகுமோ?' என்பான் இவளால் பதில் சொல்ல முடியாது. அந்தக் கேள்வி அத்தனை அசிங்கமாக இருக்கும்.

அவள் அந்த இரவைப் பயத்தின் கைகளிலிருந்து நகர்த்திக் கழிவிரக்கத்தின் மடியில் கிடத்தினாள். அதைவிட இது ஆசுவாசம் தந்ததாக யூகித்தாள். இன்றிரவு முழுக்க விழித்திருப்பதற்கும் துக்கப்படுவதற்குமான விஷயங்களைத் தன் மன அடுக்குகளிலிருந்து தோண்ட ஆரம்பித்தாள்.

மாடியில் யாரோ நடமாடிய சப்தம் சன்னமாகக் கேட்டது. வனிதாவின் கணவன் அசோக்காகத்தான் இருக்க வேண்டும். அவன் விடுமுறையில் இங்கே வந்து நான்கு நாட்களாகின்றன. அவர்கள் குடும்பம் நடத்தும் அழகைப் பார்த்து இவளுக்குப் பல சமயங்களில் ஆச்சரியமாகவும் சில சமயங்களில் பொறாமையாகவும் இருக்கும். வாய்க்குள்ளேயே பேசிக்கொள்வார்கள். ஒரு சப்தம்கூட அவனிடமிருந்து வந்து இவள் கேட்டதில்லை. இத்தனை அமைதியாக அன்பாகக் குடும்பம் நடத்த முடியுமா என அடிக்கடி யோசிப்பாள்.

மாடியை வாடகைக்கு விடலாம் என்று முடிவுசெய்த போது கதீஜா மகனிடம் சொன்னாள். 'சொந்தக்காரங்க யாருக்கும் வாடகைக்கு விட வேணாம். ஒழுங்கா வாடகை வராது. யாராச்சும் இந்துக் குடும்பமா பாரு.'

தனியே இருக்கப் பிடிக்காமல் மாடிக்குச் சென்று வனிதா விடம் பேசலாம் என்று இவள் எண்ணும்போது ரஹீமின் வார்த்தைகள் நினைவுக்கு வரும். 'மாடியேறினன்னா நடக்கிறது வேற.'

இவளுக்கு அசதியாக இருந்தது. காலையிலிருந்து பார்த்த வேலைகளோடு கொஞ்ச நேரம் முன்பு பேய் படுத்திய பாடும் சேர்ந்து உடலை முறித்துப்போட்டது. வந்துவிடுவான் என்கிற சிறு ஆறுதலோடு எஞ்சிய நேரத்தைக் கழிக்கக் காலத்தில் பின்னோக்கிப் போனாள்.

சிறுவயதில் பார்த்த பேய்ப் படம் நினைவுக்கு வந்தது. இவளும் அக்காவும்தான் மாலை நேரக் காட்சிக்குச் சென்றார்கள். படத்திலிருந்த பேய் ஒவ்வொருவராகக் கொன்று போட்டுக் கொண்டிருந்தது. இவளுக்குப் பயத்தில் உடம்பெல்லாம்

வேர்த்துக்கொட்ட அக்காவின் மடியில் முகம் புதைத்துக் கொண்டாள். கொஞ்ச நேரத்தில் அக்காவும் இவள் தலைமீது முகம் புதைத்துக் கண்களை மூடிக்கொண்டாள். பயத்தில் சிறுநீர் கழிக்க வேண்டும்போல இருந்தாலும் இவள் அடக்கிக் கொண்டாள். படம் முடிந்து வெளியே வந்தபோது பயத்தில் நடுங்கிய உடலை எப்படி வீடுவரைக்கும் நகர்த்திச் செல்வது எனப் புரியாமல் அக்காவின் முகத்திலும் அதே கவலையைக் கண்டாள்.

மேலைத் தெரு ஷெரீபும் சுலைமானும் சைக்கிளில் படம் பார்க்க வந்திருந்தார்கள். அக்கா சொன்னாள் 'நீ வேணும்னா இவங்க யார்கூடயாவது சைக்கிள்ள போ. நான் மத்த பிரண்ட்ஸ் கூட நடந்தே வரேன்.' ஷெரீபின் சைக்கிளில் அக்கா இவளை ஏற்றிவிட்டாள்.

அக்கா தன் பிரண்ட்ஸோடு சேர்ந்து வந்தாள். எப்போதும் அவர்களைக் கூட்டமாக நடக்கவிட்டு அவர்களுக்கு நடுவில் புகுந்துதான் இவள் வீட்டுக்கு வருவாள். வரும் வழியில்தான் சுடுகாடு இருந்தது. அதைத் தாண்டும்வரை எல்லோருடைய வாயும் ஏதாவது ஓதிக்கொண்டிருக்கும். ஒரு கிலோ மீட்டர் தூரம் கடப்பதற்குள் குரானில் உள்ள முக்கியமான சூரா, ஆயத்துகளெல்லாம் சொல்லி முடித்திருப்பார்கள். வீட்டிற்கு வந்ததும் அம்மாவிடம் அது பற்றிச் சொல்லும்பொழுது அம்மா சொல்வாள், 'அப்பிடி என்னத்துக்கு சினிமாவுக்குப் போகனும்? கண்ணோட வருதா, வாயோட வருதா?'

இவள் ஷெரீபின் சைக்கிள் கேரியரில் உட்கார்ந்துகொண்டு முகத்தை அவன் முதுகின் மீது அழுத்திக் கண்களை இறுக்கி மூடிக்கொண்டாள். வீட்டிற்குத் திரும்பிய வழியில் தியேட்டருக்குச் சற்றுத் தள்ளி இருந்த சுடுகாடைக் கடக்கும் வரை கண்களைத் திறக்கவே கூடாது என்று முகத்தை மேலும் அவனது முதுகில் அழுத்திக்கொண்டாள்.

சுடுகாட்டில் ஏதேனும் ஒரு பேய் எழுந்து நடமாடிக் கொண்டிருக்கக்கூடும் என்னும் எண்ணம் திகிலூட்டியது. 'பேய் ஒரே ஒரு அறைதான் அறையுமாம். ரத்தம் கக்கிச் சாவணுமாம்' அக்கா ஒருமுறை சொன்னது நினைவுக்கு வந்தது. சைக்கிளின் கிரீச் சத்தமும் மின்னெட்டாம் பூச்சி அல்லது ஏதோ ஒரு பூச்சியின் சத்தமும் கேட்டதை வைத்துச் சுடுகாட்டுக்குப் பக்கமாகப் போய்க்கொண்டிருந்ததை அனுமானித்தாள். வாய் மட்டும் 'அல்லா . . . அல்லா . . .' என்று விடாமல் முணுமுணுத்துக்கொண்டிருக்க, ஏதோ பாட்டு பாடியபடி சைக்கிள் ஓட்டிய ஷெரீபின் மீது ஆத்திரம் வந்தது.

சினிமா பாட்டு பாடும் அவன்மீது கோபத்தில அல்லா பேயைக் கட்டுப்படுத்தாமல் விட்டுவிட்டால்?

'இந்தா உங்க வீடு வந்துச்சு எறங்கு' அதட்டிய ஷெரீபின் குரலால் 'என்ன வந்துவிட்டோமா?' என்று சந்தேகத்தோடு கண்களைத் திறந்து பார்த்து நம் வீடுதான் என்பதை உறுதி செய்துகொண்டவள், 'அண்ணே, அம்மா கதவத் தொறக்கிற வரைக்கும் நில்லுங்கோ' என்று சொல்லிவிட்டு எக்கி நின்று காலிங் பெல்லை அடித்தாள். அன்றிரவு முழுக்கக் கட்டிலில் சுவரோரம் படுப்பது யார் என்ற போட்டி அக்காவுக்கும் இவளுக்கும் விடியும்வரை நடந்தது.

இப்போதெல்லாம் இவள் ரஹீமிடம் மன்றாடத் தொடங்கி யிருந்தாள். 'நீங்க எங்கே வேணா யாவாரத்துக்குப் போங்க. ஆனா ராத்திரியில வெளியில தங்காம வந்துருங்க,' இவளது மன்றாடலை அவனுக்கு எப்படிப் புரிந்துகொள்வது எனத் தெரியாததால், அதைப் பொருட்படுத்தாமலிருக்க விரும்பினான். திருமணமான புதிதில் இவள் தோற்றம் குறித்து இருந்த எரிச்சலும் அதனால் உண்டான சந்தேகங்களும் குழந்தை பிறந்த பிறகு குறைந்தன. யாராவது ஆண்கள் முன்னால் இவள் நடமாடி விடக் கூடாது. அதை மட்டும் அவனால் தாங்கிக்கொள்ள முடியாது.

இப்போது இவள் தானில்லாமல் உறங்க மறுப்பதே தன்னுடைய சாதனையாக நினைத்துப் பெருமைகொண்டா லும், இவள் சொல்வதற்காக வியாபாரம் சார்ந்த தன் பயணங் களை மாற்றிக்கொள்ள முடியாது என்பதில் தீவிரமாக இருந்தான். அதோடு அம்மாவின் கோபத்திற்கு ஆளாவதையும் அவன் தவிர்க்க விரும்பினான். 'பொட்டச்சிகள் யாபார விஷயத்துல தலையிடுறது தரித்திரம்' என்பாள் அம்மா.

இவன் அவளது மன்றாடலை மேலும் மேலும் அதிகரிக்க விரும்பி, அதற்கேற்பத் தன் பயணத் திட்டங்களை வகுத்தான். தொடர்ந்து வாரக்கணக்கில் வெளியூர்ப் பயணங்களை ஒருங்கிணைத்தான். அவை தற்செயலாகவும் சந்தர்ப்பம் சார்ந்தும் அமைந்தன என்பதும் ஓரளவுக்கு உண்மை என்பதையும் அவன் அறிந்துகொண்டிருந்தான்.

○

ஜன்னத் இரவு வருவதற்காகக் காத்திருக்க ஆரம்பித்தாள். தீராத ஏக்கத்துடன் அவள் இரவுகளை எதிர்நோக்கிக் காத்திருந் தாள். முழுப்பகல் நேரத்திலும்கூட இரவு வருவதற்கான எஞ்சிய மணித்துளிகளை எண்ண ஆரம்பித்தாள். சில மணிநேரம்

என்பது எத்தனையோ ஆண்டுக்காலமாக மாறிக் கனக்கத் தொடங்கியதை மன அயர்ச்சியுடன் எதிர்கொண்டாள். ஒவ்வொரு இரவும் அவள் வாழ்க்கையில் அதி முக்கியமான தாக மாறியிருந்தது. இன்றைய நாட்களில் அவள் உலகத்தில் அவளோடு இரவுகளும் மட்டும் மிச்சமிருந்தன.

ஒவ்வொரு இரவையும் தன்னுடைய ஸ்பரிசத்தால், புத்தம் புதிதாக மாற்றிக்கொண்டிருக்கும் உறவொன்றை எதிர்நோக்கிக் காத்திருப்பவள்போலக் காதலின் தீராத வேட்கையுடனும் ஆவேசத்துடனும் அவள் நேசிக்கத் தொடங்கிய இரவுகள் அவளுடையனவாக மாறிக்கொண்டிருந்தன.

உடல் சார்ந்த பயங்களும் தயக்கங்களும் மறைந்த மேலான சுதந்திரத்தை அடைந்திருந்தாள். பயத்தின் கரங்களிடமிருந்து விடுபட்டுப் பரவசத்தின் எல்லைகளுக்குள் பயணிக்க ஆரம்பித் தாள். பயத்தில் வெறுத்து ஒதுக்கிய இரவுகள், விருப்பமானவை யாக மாறித் தன்னைத் தவிக்கவைக்கும் அதிசயத்தை அதீத வியப்புடன் யோசித்தாள். இன்றைய இரவுக்காகவும் தன் உடலைப் புணர வரும் அந்த உருவத்திற்காகவும் விரகத்தில் தகிக்கும் உடலைப் படுக்கையில் கிடத்துவதற்காகவும் இரவு ஒரு பறவைபோலக் கதவுக்கு மேலாகப் பறந்து வரும் அதிசயத் துக்காகக் காத்திருக்க ஆரம்பித்தாள்.

தோழி

துஷி ஹாலில் கிடந்த கூடைச்சேரில் அமர்ந்திருந்தாள். வீட்டின் ஒட்டுமொத்தச் சூழலையும் தன் இருப்பால் மாற்றியமைக்க அவளால் முடிந்தது.

அவளைச் சந்தித்து ஒன்றரை வருடங்களாகின்ற என்றாலும் இன்றும் விளங்கிக்கொள்ள முடியாத புதிராகத் தனித்தே இருக்கிறாள் என்பது எனக்கு வியப்பூட்டும் விஷயம். அவள் பார்வை தொலைக் காட்சியில் பதிந்திருந்தது.

நான் அவளையே உற்றுக் கவனித்துக்கொண்டிருந்தேன். துளிச் சலனத்தையும் வெளிக்காட்டாமல் எவ்வாறு அவளால் இருக்க முடிகிறது? எனக்குள் தாள முடியாத ஆச்சரியம்.

வர்ஷி முதன்முதலில் துஷியை வீட்டுக்கு அழைத்து வந்த நாள் எனக்கு இன்னும் நன்றாக நினைவிருக்கிறது.

○

‘ஷமீம் இவ என்னோட ஊர்க்காரி. எங்கூட ஹாஸ்டல்ல தங்கி டான்ஸ் படிக்க வந்திருக்கா’ துஷியை அறிமுகப்படுத்திச் சிரித்தாள் வர்ஷி.

‘ஒரே காலேஜ்ல ஒரே படிப்பா?’ கேட்ட என்னிடம் ‘ஒரே காலேஜ்தான், அவ பரதம், நான் சங்கீதம். ஒரு சங்கதி தெரியுமா ஒனக்கு? இவள என்ன நம்பித்தான் இவ அம்மா அனுப்பியிருக்கா!’ என்று சொன்ன வர்ஷியின் முகத்தில் பெருமை பொங்கியது.

‘இரவு எங்களுக்குச் சம்பல் போதும். காலையில மட்டும் பால்சொதி வச்சுக்குடு. நாங்க சாப்பிட்டு வெளிக்கிடுறம்’ சொன்ன கையோடு வர்ஷி சின்னவனை இழுத்து மடியிலிருத்திக் கொண்டு ‘சினேகிதனே ...’ எனப் பாட ஆரம்பித்தாள். முகம் நிறைந்த வெட்கத்தோடு அவளிடமிருந்து பிய்த்துக்கொண்டு ஓட முயன்ற வாசிம் அது இயலாத நிலையில் அவள் மடியிலேயே அமர்ந்துகொண்டான்.

தன் இனிமையான குரலில் பாடல் வரிகள் குழைந்து வழிய, வர்ஷி அந்த ஹாலையே தன் பாடலால் நிறைத்துக் கொண்டிருந்தாள்.

பாடல் முடிந்தபின் அவளது குரலில் மெய்மறந்து, ‘துஷி நீயும் ஒரு பாட்டுப் பாடேன்’ என்றேன். ‘இவளா?’ என் கோரிக்கையை வியப்புடன் எதிர்கொண்ட வர்ஷி கேட்டாள் ‘இங்க வந்ததுலருந்து பேசறதுக்குக் காசு கேட்குறா. பேசவே தெரியாதது மாதிரி இருக்கறா’ என்றவள் துஷியை நோக்கி, ‘விடாம தொணதொணக்கிறவதான நீ? இங்க வந்ததுக்கப்புறம் என்னாச்சுடி ஒனக்கு?’ என்றாள்.

வர்ஷியை எட்டிக் காதைத் திருகி ‘ஏ மண்டு நீ என்னோட சினேகிதி. நீ சகஜமா இருக்கற. அந்தப் பொண்ணு இன்னிக்குத் தான் எனக்கு அறிமுகமாகியிருக்கா. அவகிட்டப் போயி வம்பு பண்றயே?’ செல்லமாக அவளைக் கோபித்துக்கொண்டேன்.

வர்ஷியை உரிமையோடு கடிந்துகொண்ட அதே நொடியில் இங்கு வந்ததிலிருந்து சாப்பிட்டதற்காக அல்லாமல் வேறு எதற்காகவேனும் துஷி வாய் திறந்திருப்பாளா என்னும் கேள்வி எனக்குள் எழுந்தது.

நேராகத் தொலைக்காட்சியைப் பார்த்தவாறு தனக்கும் இந்த வீட்டிற்கும் அல்லது அவளுக்கும் எனக்கும் இடையே உறவோ நட்போ ஏதுமில்லை என்று பிரகடனம் செய்யும் விதமாகப் பிளாஸ்டிக் சேரில் துஷி அமர்ந்திருந்தாள். ‘ஹையா நாளக்கி ஸ்கூல் இல்ல’ என்றபடியே வீட்டிற்குள் நுழைந்த வாசிம் ஹாலில் அமர்ந்திருந்த துஷியைப் பார்த்துப் புன்முறுவ லுடன் என்னை நோக்கி வந்தான். குழந்தையைக் கட்டி அணைத்து இறுக்கிக்கொண்டு வேறெங்கோ பார்க்கும் தோரணையோடு துஷியைக் கவனித்தேன். அவள் முகம் வழக்கம்போலச் சலனமற்றுத் தொலைக்காட்சியில் பதிந்திருந் தது. எனக்குள் லேசான சலிப்பு தோன்றினாலும், அது அவள் மீதான கோபமாக மாறாமல் கருணையாக உருப்பெற்றது.

துஷி வந்து இரண்டொரு மாதங்களுக்குள் வர்ஷி ஒரு நாள் தொலைபேசியில் என்னைத் தொடர்புகொண்டாள். அவள் குரலில் பதற்றம் மிகுந்திருந்தது. ‘என்னால் ஒரு நிமிஷம் கூட இங்கு இருக்க முடியாது. இந்த ஜுரம் தீர்றதுக்குள்ள நான் கொழும்பு போயிடறேன்.’ தொலைபேசியில் அழுத வர்ஷிணியின் குரல் திகிலூட்ட, ‘அடிப்பாவி படிக்கத்தான வந்த? பிறகு என்னத்துக்குத் திருப்பிப் போகணுங்கற?’ ஆத்திரமும் அதிர்ச்சியும் பொங்கக் கேட்டேன்.

‘ஆமா படிக்கத்தான் வந்தேன். அதுக்காக, முடியலன்னா முடியலதான். காலையில ஒன்பது மணிக்கு பிளைட். நான் கிளம்புறேன்’ வர்ஷிணியின் குரல் படபடத்தது. இனியும் தடுத்துச் சொல்லவியலாத நிலையில் விடைகொடுக்கும் முன்பாக ‘ஒன்ன நம்பி வந்தவதான துஷி? அவளத் தனியா புது எடத்துல விட்டுட்டுப் போற. அவ சின்னவ என்ன பண்ணுவா?’ அக்கறையுடன் ஒலித்த என் குரலைப் பாதியில் இடைநிறுத்தினாள் வர்ஷிணி.

‘ப்சு. என்ன நம்பி வந்தவளா? அதெல்லாம் கிடையாது. எல்லாம் இருந்துக்குவா.’ அதன் பிறகு எனக்குச் சொல்வதற்கு விஷயம் இல்லாமல் போயிற்று.

வர்ஷிணி திரும்பிச் சென்ற சில மாதங்களுக்குப் பிறகு, சென்ற வருடம் ரம்ஜானுக்கு துஷியை வீட்டிற்கு அழைத்து வந்திருந்தது ஞாபகம் இருக்கிறது. ரம்ஜானுக்கு முதல் நாளையத் தயாரிப்புகளையும் மறுநாளையக் கொண்டாட்டங்களையும் உணர்ச்சியை வெளிக்காட்டாத தன் முகத்தின் வழியே எதிர்கொண்ட துஷியை நினைத்தால் இப்போதுகூட வியப்பாகத்தான் இருக்கிறது. துஷியை நினைத்தாலே வரவேற்பறை ஒற்றைச் சேரில் ஒடுங்கியபடி தன் உடலைப் புதைத்துக் கொண்டமர்ந்த தோற்றம்தான் எனக்கு ஞாபகம் வருகிறது. எப்போதும் ஒரே இடம், ஒரே மாதிரியான சாய்வு. ஒரேவிதமான முகபாவம். சொம்பில் பிடித்துவைத்த நீரின் அசையாத படிகத் தெளிவுபோல இது தன் சொந்தத் தோழியின் வீடல்ல, வர்ஷிணியின் தோழி வீடு என்பதைத் தனக்குத்தானே நினைவூட்டிக்கொள்ளும் பாவனையே அவளைப் பார்த்த போதெல்லாம் எனக்கு ஏற்பட்டது.

‘இந்த டீயக் குடி’ நீட்டியவளிடம் சொல்வாள் ‘அக்கா வேணாம்.’ எந்த நேரமும் அசௌகரியத்தை அணிந்த வட்ட முகம். காலப்போக்கில் வேறெந்த முகபாவமும் பொருந்தாமலே போய்விடுமா என்னும் என் கவலை மிக நியாயமானது

சாபம் 125

தான். 'ஏன் டீ பிடிக்கலையா? அதெல்லாம் தப்பிக்கவிட மாட்டேன். கொஞ்சமாவது சாப்பிடு.' அவள் அசௌகரியத்தைக் கலைக்க நான் செய்த தந்திரம் அதுவென்பதை எளிதாக உணர்ந்து எந்தச் சலனமும் காட்டாது கைநீட்டி டம்ளரை வாங்கிக்கொள்வாள்.

ஒவ்வொருமுறையும் ஏதேனும் விசேஷத்துக்கோ விடுமுறைக்கோ விடாப்பிடியாக அவளை வீட்டிற்கு அழைத்து வந்த என் செய்கையில் ஒரு நாளாவது அவளுக்கு என்னுடன் நெருக்கத்தை ஏற்படுத்திவிடலாம் அல்லது அவளது அசௌகரியத்திலிருந்து மீட்டெடுத்துவிடலாம் என்ற நம்பிக்கையிருந்தது.

'ஏம்மா இந்த அக்கா பேசவேமாட்டேங்கிறாளே? அண்டைக்கு வந்தவ பாட்டெல்லாம் பாடினாளே? இவளுக்குப் பேசக்கூடத் தெரியலை' வியப்புடன் கேட்ட குழந்தைக்கும் 'ஏன்டி அந்தப் பொண்ணை அடிக்கடி கூட்டிவந்து கஷ்டப் படுத்துற? பாவமா இருக்கு. அது பாட்டுக்கு ஹாஸ்டல்ல லீவக் கொண்டாடிக்கிட்டு ஜாலியா இருந்திருக்கும் இல்ல?' அவளுக்காக இரக்கப்பட்ட கணவருக்கும் 'இது என்னாது இழவு மூஞ்சியக் கூட்டிட்டுவந்து நடு வீட்டுல ஒக்கார வச்சிருக்க? வீடான வீடு வெளங்கிடும்' என் காதோரம் ரகசிய மாகக் கிசுகிசுத்த மாமியாருக்கும் சொல்ல என்னிடம் வார்த்தைகள் எதுவும் இல்லை.

○

தயக்கமும் கூச்சமும் மிக்க அதே முகம்தான் இன்றும் துஷிக்கு. துளிக்கூட இளகாத முகம். இந்த ஒன்றரை வருடங் களில் இவளைப் பார்ப்பது எத்தனையாவது முறை? என்னையு மறியாமல் கைவிரல்கள் தன்னிச்சையாக விரிந்து எண்ணிக்கை யைத் தொடங்கின. மனசுக்குள் எட்டு என்று முடிந்த எண்ணிக்கை பிரமிப்பை ஏற்படுத்தியது.

இன்றும் அதே இடத்தில் தொலைக்காட்சிப் பெட்டிக்கு நேராக அமர்ந்து அதில் ஓடிய காட்சிகளில் வெறித்த பார்வை யைப் பதித்து அசையாமல் அமர்ந்திருந்தாள். தனியாக உட்கார்ந் திருந்தவளுக்கு அருகே சென்று நானும் திரையில் தெரிந்த பாடல் காட்சியைக் கூர்ந்து கவனித்தேன். எனக்கு அப்பாடலில் எந்தச் சுவாரஸ்யமும் இல்லை என்றாலும் அத்தருணத்தில் அவளோடு சேர்ந்து தொலைக்காட்சியைப் பார்த்ததால் அவளது தனிமை உணர்வைக் களையக் கிடைத்த வாய்ப்பாக அதை நினைத்துக்கொண்டேன். அது என் கற்பனையாகவும் இருக்கலாம்.

‘உனக்கு எந்த நடிகரைப் பிடிக்கும் துஷி?’ ரொம்பவும் யதார்த்தமாகக் கேட்டதைப் போலிருந்தது என் குரல். என் கேள்வியால் அசைந்து என் பக்கம் திரும்பியவள், ‘அஜீத்’ என ஒற்றை வார்த்தையில் பதில் சொல்லிவிட்டு மறுபடியும் தொலைக்காட்சியை நோக்கித் திரும்பிக்கொண்ட அவள் சாமர்த்தியம் எனக்கு வருத்தத்திற்குப் பதிலாகக் கவலையைத் தந்தது. என்ன பெண் இவள்! இன்றோடு எத்தனைமுறை இங்கு வந்திருக்கிறாள்! இருந்தும் தன் இடத்தைவிட்டுத் துளிக் கூட வெளியே வராமல் இவளால் எப்படியிருக்க முடிகிறது? நான் அவளை என் தோழியாக ஏற்றுக்கொள்ள முடிவுசெய்து எவ்வளவோ முயன்றும் இவள் இன்னும் என்னை வர்ஷிணி யின் தோழியாகவே பார்த்ததும் ஏதோ இரக்கத்தால் மட்டுமே நான் இவளை இங்கே விடுமுறைக்கு அழைத்துவருவதாகவும் நினைத்துக்கொள்கிறாளே எனக் கவலைப்பட்டேன்.

நான் என்ன செய்தால் இவள் தன் மௌனம் கலைப்பாள்? வழியேதும் தெரியாமல் தொலைக்காட்சியில் ஓடிக்கொண் டிருந்த பாடல்களை அமைதியாகக் கவனித்தேன்.

திரையில் தம் போக்கில் ஓடிக்கொண்டிருந்த காட்சிகள் எனக்குள்ளே விதவிதமான எண்ணங்களை உருவாக்க, அவள் அதே சலனமற்ற முகத்துடன் உட்கார்ந்திருந்தாள்.

‘அன்னக்கி நான் இவளக் கூப்பிட ஹாஸ்டலுக்குப் போனேன் இல்ல? ப்ரெண்ட்ஸ்கூடச் சேர்ந்துக்கிட்டு அப்ப என்னா சிரிப்பு தெரியுமா? எனக்கே இவளை அடையாளம் தெரியல’ ஆச்சரியத்துடன் சொன்ன அண்ணனின் குரல் என் நம்பிக்கையை வளர்த்தது.

‘அவ ஃப்ரெண்ட்ஸ்கூட . . .’ அதை மறுபடியும் மனசுக்குள் சொல்லிப் பார்த்தேன். நிச்சயமாக இவளை இந்த வீடு தனக்கு உரிமையுள்ள இடமாகக் கருதவும் என்னை அவளுடைய தோழியாகவும் ஒப்புக்கொள்ளச் செய்துவிடலாம் என்னும் எண்ணம் வலுத்தது. மீண்டும் பேச்சைத் தொடங்கும் ஆர்வத் துடன் தொண்டையைச் செருமியபடி, ‘நைட்டுக்குச் சாப்பிட என்ன செய்யட்டும்? இட்லி சம்பல் போதுமா? இல்ல இடியாப்பம் பால்சொதியா?’ என்றேன். எனக்குத் தெரிந்த இலங்கை உணவுகளை அவளிடம் பட்டியலிட்டேன்.

ஏதோ கனவுலகத்திலிருந்து விடுபட்டவளாகத் திடுக்கிட்டு என் பக்கம் திரும்பியவள், ‘எனக்கு எதுவேணாலும் பரவா யில்லக்கா. நான் சாப்புடுறன்’ என்றாள். இந்தப் பதில் நான் எதிர்பார்த்த ஒன்று என்பதைவிட மிக மிகப் பழக்கமானதும் என்பதால் என் வழக்கமான மறுமொழியைச் சொல்ல நானும்

தயாரானேன். 'அதெல்லாம் இல்ல ஒனக்குப் புடிச்சதச் சொல்லு. செய்றதுல எனக்கு ஒரு கஷ்டமும் இல்ல. இது உன் வீடு மாதிரி' என் குரல் குழைந்து தாழ்ந்து ஒலித்தது.

'இல்ல அக்கா எதுவேணா சாப்பிடுறன்' என் குரலில் தெரிந்த குழைவைப் பொருட்படுத்தியதாலேயே அவள் பதில் அப்படியிருந்தது.

எனக்கு அவளோடு பேச்சை வளர்ப்பதற்கான ஒரு வழியும் தென்படாத ஏக்கம் படர மறுபடியும் தொலைக்காட்சித் திரைக்கே பார்வையைத் திருப்பினேன். அவள் பதிலை அவமதிப்பாக எடுத்துக்கொள்ள என் மனம் மறுத்தது. அவள்மீதான பிரியம் கூடியது.

கடிகாரத்தைப் பார்த்தேன் நேரம் எட்டைத் தொடவிருந்தது. இனி இரவு உணவுக்கான வேலையைத் தொடங்கலாம் என்ற எண்ணத்தோடு, என் இருக்கையைவிட்டு எழுந்தேன். இனித் துஷியின் அந்த நாளைய நடவடிக்கைகளின் எஞ்சிய விஷயங்கள் ஒவ்வொன்றாக முடியும்.

நான் சாப்பாட்டு மேசையில் உணவை வைத்துவிட்டு அவளைக் கூப்பிட்டதும் பொம்மையைப் போல இருக்கையிலிருந்து எழுந்து அலுங்காமல் நடந்து வருவாள். ஒரு வார்த்தை பேசாமல் சாப்பிடுபவளைப் பேசவைக்க நான் இன்னொரு இட்லியை எடுத்துவைக்க வேண்டும். 'அக்கா போதும். சாப்பிட முடியாது.' செல்லமாகச் சிணுங்கிச் சொல்லிவிட்டு நிறுத்திக் கொள்வாள். அடுத்ததாக அவள் வாய்திறப்பது மறுநாள் காலை உணவு உட்கொள்ளும்போதுதான்.

நேற்று வாசிம் துஷி வரப்போவதைக் கேட்டதும், 'அம்மா நான் அந்த அக்கா என்ன செய்வான்னு செஞ்சுக்காட்டவா?' ஆர்வம் கொப்பளிக்கக் கேட்க 'உம் எங்கே பாக்கலாம்' என்றேன்.

'துஷியக்கா ஹாஸ்டல்லருந்து வீட்டுக்கு வந்து கதவத் தட்டுவா. நீங்க போய்க் கதவத் திறப்பீங்க. அட துஷி வாவான்னு சொல்லுவிங்க. அவ சிரிச்சுக்கிட்டே உள்ள வந்து நேராப் போயி அவ எப்பவும் படுக்கற பெட்ரூமுக்குள்ள கொண்டுவந்த பேக்க வச்சுட்டு வெளிய வருவா. அப்புறம் இங்கு இந்தச் சேர்ல போய் உக்காந்துகிருவா. நா அக்கா கிட்டப் போயி எப்ப வந்திங்கன்னு கேப்பேன். அதுக்கு இப்ப தான்னு சொல்லுவா. அப்புறம் டி.வி. பாப்பா. அப்புறம் சாப்பிட எழுந்திரிப்பா. அப்புறம் தூங்கிடுவா. அவ்வளவுதேன்.'

கொஞ்சங்கூட யோசிக்காமல் தடங்கலில்லாமல் சொல்லி முடித்தவனைக் கண் இமைக்காமல் பார்த்தேன். அதுவரை

துஷி ஏழெட்டுமுறை மட்டுமே இந்த வீட்டுக்கு வந்திருந்தாலும் அவள் நடவடிக்கைகளை அப்படியே ஒப்பித்த அவனைப் பாராட்டுவதா கண்டிப்பதா எனத் தெரியாத குழப்பம் ஒரு கணம் மேலிட, மறுவினாடியே அதை உதறித் தள்ளினேன்.

'அப்படியெல்லாம் சொல்லக் கூடாது. பேசாம போக மாட்ட?' வலுக்கட்டாயமாகக் கடுமையை முகத்தில் ஏற்றிக் கொண்டு குழந்தையை அதட்டினேன்.

என் பாராட்டுகளை எதிர்பார்த்து ஏமாந்த குழந்தையின் முகம் மிரட்சியில் கலங்கியதைக் காணும் சக்தியற்றவளாக அறைக்குள் நுழைந்துகொண்டேன்.

ஹாலில் அமர்ந்து அன்றைய தினசரியைப் பார்த்துக் கொண்டிருந்த எனக்கு அவள் ஊருக்குக் கிளம்புவதற்கு முழுதாக இன்னும் ஒரு நாள் பாக்கியிருந்தது நினைவுக்கு வந்தது. நாளை மாலை ஆறு மணிக்கு மேல் கிளம்பினால் போதும். ஒரு மணிநேரத்தில் நகரத்திலிருக்கும் கல்லூரியின் ஹாஸ்டலைப் போய்ச் சேர்ந்துவிடலாம்.

மறுநாளைக்கான வேலைகளைத் திட்டமிடுவதோடு, அவளை இந்த வீட்டிலிருந்து இந்த இருக்கையிலிருந்து, இந்தத் தொலைக்காட்சிப் பெட்டியிலிருந்து விலக்கி வேறெங்காவது அழைத்துச் செல்லலாமா என்ற எண்ணம் எனக்குள் தோன்றியது. அப்படியாவது அவள் மன இறுக்கம் தளர்ந்துவிடுமா என்னும் எதிர்பார்ப்பு அதற்குக் காரணமாக இருந்திருக்கலாம்.

வெயில் பரவிக்கிடந்த கிணற்று நீரின் மீது காற்று அலைகளாய் ஓடிக்கொண்டிருக்க, கிணற்றின் அருகே நாங்கள் உட்கார்ந்திருந்தோம். குழந்தைகள் தென்னைமரங்களைச் சுற்றி ஓடி வண்ணத்துப்பூச்சிகளைத் துரத்திக்கொண்டிருந்தார்கள். நான் அவர்களைக் கண்காணித்துக்கொண்டிருந்தேன்.

'ஏக்கா நாம இன்னிக்கு இங்கக் கிணத்துல குளிக்கிற மாதிரி வந்திருக்கலாம் இல்லெ?' கிணற்றில் நிரம்பிச் சிரித்த நீரைச் சுபைதா ஏக்கத்துடன் பார்த்துச் சொன்னாள்.

குழந்தைத்தனமான அவள் முகம் ஏமாற்றத்தில் இருந்ததைக் கவனிக்காமல் முகத்தை வேறுபுறம் திருப்பிக்கொண்டேன். அந்தச் சமயத்தில் 'ஆமாம்' எனத் துஷியிடமிருந்து ஆமோதிப்பு வந்துவிடாதா என்னும் ஆர்வமுடன் சுபைதா அவள் முகத்தைப் பார்த்தாள். குளித்திருக்கலாம்தான் என்ன செய்ய? கிணற்று நீரில் சேர்ந்து குளிக்கும்போது மனசில் பொங்கிப் பெருகும் குதூகலம் துஷியிடம் வெளிப்படுமா என்ற நிச்சயமின்மையே என்னை அத்திட்டத்தைக் கைவிடவைத்ததை எப்படிச்

சொல்ல? சகோதரியின் ஏமாற்றத்தை மௌனமாகவே எதிர் கொண்டேன்.

குழந்தைகள் தட்டானைத் தேடி வயல்வெளிக்குள் ஓடிக் கொண்டிருந்தார்கள். சிறகே முளைத்துவிட்ட நம்பிக்கையோடு அவர்கள்மேல் என் பார்வையைப் பின்தொடரவிட்டேன். மலையோரத்திலிருந்து தவழ்ந்து வந்த காற்று வயற்காடுகளை வருடி எங்களை வந்தடைந்தது. பயிரின் மணம் என் நினைவு களைக் கலைக்க, பார்வையை அவர்களிடமிருந்து திருப்பித் துஷியைப் பார்த்தேன்.

கிணற்று நீரில் நெளிந்தோடிய மீன்களைப் பார்த்தபடி அவள் உட்கார்ந்திருந்தாள். வழக்கம்போலவே சலனமுமற்றிருந் தது அவள் முகம். தன் இயல்பை மீறிய முகச்சலனமோ ஒரு வார்த்தையோ வெளிப்பட்டுவிடக் கூடாது என்ற ஜாக்கிரதை உணர்வோடு உட்கார்ந்திருந்தாள்.

'காத்து ரொம்ப குளுகுளுன்னு மனசுக்கு இதமா இருக்கு தல்ல?' தன்னைப் பார்த்து அனுபவத்தைச் சொன்ன என்னை ஒரு நிமிடம் நிமிர்ந்து பார்த்தவள், 'ஆமாம் அக்கா' என்றாள் சுருக்கமாக.

'நீங்க மீன் சாப்பிடுவீங்கதானே?' ஆர்வமாக விசாரித்த சுபைதாவின் எண்ணம் நேரத்தை வீணாக்காமல் உரையாட லுக்கு வர்ணங்களைத் தீட்டிவிட வேண்டுமென்றிருந்தது.

'உம் சாப்பிடுவனே' துஷியிடமிருந்து சற்று அவசரமாகவே பதில் வந்தது.

'ஒங்களுக்கு நீச்சல் வருமா?' பதில் வந்த உற்சாகத்தில் சுபைதா அடுத்த கேள்வியை வீசினாள்.

'நீச்சலா?' புருவத்தை உயர்த்தி 'அய்யோ இல்லை. தெரியாது' என்றவள் அதிகமாகப் பேசிவிட்ட தோரணையில் மறுபடி கிணற்றுக்குள் பார்வையைச் செலுத்தினாள்.

சுபைதாவின் முகம் உரையாடலைத் தொடர முடியாது என்பதைப் புரிந்துகொண்டு சுரத்தில்லாமல் தெரிந்தது.

'செரி, நான் போயிப் பிள்ளைகளைக் கவனிச்சுக்கிறட்டு மாக்கா? எங்கனயாவது விழுந்து தொலைச்சிரப்போகுதுகள்' சொல்லிக்கொண்டே என் பதிலை எதிர்பார்க்காமல் சுபைதா நடந்தாள். வீட்டைவிட்டு வெளியில் வந்தபோதிருந்த குதூகலம் இப்போது அவள் பேச்சிலும் முகத்திலும் வடிந்துபோயிருந்த தில் எனக்கு வருத்தமாக இருந்தது.

எனக்கும்கூடக் குழந்தைகளோடு வரப்பு ஓரங்களில் ஓடித் திரிய வேண்டுமென்ற ஆசை எழுந்து அடங்கியது. துஷியைத் தனியாகவிட்டுச் செல்வது சரியாக இருக்காது. அவளும் சேர்ந்துகொள்ள விரும்பும்பட்சத்தில் விளையாட லாம் என நினைத்து, 'ஊரில் உங்களுக்கு இப்படித் தோட்டம் வயல்களெல்லாம் இருக்கா துஷி? நீங்களும் குடும்பத்தோட இப்படி அங்கெல்லாம் போவீங்களா? அறிந்துகொள்ளும் ஆர்வத்தோடு மட்டுமின்றி, அவளை அந்தச் சூழலுக்குள் கொண்டுவரும் விருப்பத்தோடு கேட்டேன்.

வெளியில் வரக் கிடைத்த அருமையான சந்தர்ப்பத்தை முழுமையான கொண்டாட்டமாக மாற்றிவிடும் என் அடுத்த கட்ட முயற்சியாகவே அந்தக் கேள்வியைக் கேட்டேன்.

'தோட்டமா? எங்களுக்கா?' வியப்புடன் கேட்டவள் 'அதெல்லாம் இல்ல அக்கா. நாங்க இப்படி வெளிய எங்கயும் போனதில்ல. இதுதான் முதல்முறை' கூச்சத்துடன் சொல்லிப் புன்னகைத்தாள்.

அவள் அப்படிச் சொன்னதே ஆச்சரியந்தான். அதை விட்டுவிடக் கூடாது என்பதுபோல, 'அங்க வாயேன் குழந்தை களோட சேந்து வெளையாடலாம்.' வயதுக்கு மீறிய என் ஆர்வத்தைக் குரலில் வழியவிட்ட என் சாமர்த்தியத்தை நானே மெச்சிக்கொண்டேன்.

'வேணாம் அக்கா, நாம இங்கியே இருந்துக்கலாம்தானே? உங்களுக்கு ஏதும் பிரச்சினை இல்லைதானே?' பலமாகத் தலையசைத்து மறுத்தாள். என் குரலில் தெரிந்த ஆர்வத்தைப் புரிந்துகொண்டாலும் அதை மறுப்பதில் தனக்கு உரிமை உள்ளது என்னும் நம்பிக்கை இழையோடியது.

'சேச்சே ... அதெல்லாம் இல்ல' அவசரமாக மறுத்துச் சொன்ன எனக்கு வழக்கத்தைப் போலல்லாது அந்த மாலைப் பொழுது நீண்டுகொண்டிருந்ததாகத் தோன்றியது.

'அம்மாவ யாரு பஸ்ட்டுத் தொடுறாங்கனு பாக்கலாமா?' தூரத்தில் ஒலித்த குரலினூடே தபதபவெனக் குழந்தைகள் ஓடிவந்த சத்தம் கேட்கத் தலையைத் திருப்பி அவர்களை எதிர்கொள்ளத் தயாரானேன்.

'நாந்தான் பஸ்ட்டு' தொப்பென மடியில் விழுந்த வாசிமை யும் 'நானுந்தான்' என்று ஓடிவந்த அனீஸையும் இரு கைகளாலும் இறுக அணைத்து முத்தமிட்டேன். அவர்களைப் பின்தொடர்ந்து வந்த சுபைதா 'அக்கா பிஸ்கெட்ட எங்க

வச்சிருக்க? பத்தரமா அப்புடியே வீட்டுக்கு எடுத்துக்கிட்டுப் போகப்போறியா?' சலிப்புடன் கேட்டவாறே எங்களுக்கு அருகில் உட்கார்ந்தாள்.

'நான் என்ன ஒளிச்சா வச்சிருக்கேன்? அதோ பாரு அந்தத் தென்னமரத்துக்குக் கீழ' என் பார்வை திரும்பிய திசை நோக்கிச் சென்ற சுபைதாவின் கண்கள் 'அதை எடுத்து வா' என்பதுபோல வாசிமுக்குக் கட்டளையிட்டன. எனக்குத் தான் கவலை பற்றிக்கொண்டது. அவ்வளவு நேரமாக வேண்டு மென்றேதான் தின்பண்டங்களை எடுக்க வேண்டாம் என்றிருந் தேன். இனி அவற்றில் எதையாவது கொஞ்சமாவது துஷியைச் சாப்பிடவைப்பதற்காக நான் படப்போகும் சிரமம் தெரியும். அதைப் பார்த்துவிட்டுச் சுபைதா என்ன சொல்லி என்னைக் கேலிசெய்வாளோ என்னும் கவலை என்னைத் தொற்றிக் கொண்டது.

பிஸ்கெட் பாக்கெட்டைப் பிரித்தெடுத்துக் குழந்தைகளுக்குக் கொடுத்த சுபைதா இரண்டு பிஸ்கெட்டுகளை எடுத்துத் துஷியிடம் நீட்டினாள்.

திடீரெனத் தன் முன்பு நீட்டப்பட்ட பிஸ்கெட்டுகளைப் பார்த்துக் குழம்பி, 'இல்லெ வேணாம்' ஒரு நிமிடம் தடுமாறிச் சுதாரித்துப் பிறகு 'ஒண்ணு போதும்' என்று சொல்லி ஒரு பிஸ்கெட்டை மட்டும் உருவி எடுத்துக்கொண்டாள். அவள் தடுமாற்றத்தையும் நாசூக்கையும் கண்டு குழம்பிய சுபைதா வின் முகத்திலிருந்து இனி அவளுக்கு எதையும் தரவே கூடாது என்ற முடிவுக்கு அவள் வந்திருந்ததை என்னால் யூகிக்க முடிந்தது. பைக்குள் நிரம்பியிருந்த தின்பண்டங்களைப் பிள்ளை களுக்கு ஒவ்வொன்றாகப் பிரித்துத் தந்துகொண்டிருந்த சுபைதா வும் என்னைப் போன்றே எதையும் சாப்பிடும் மனநிலையில் இல்லை என உணர்ந்தேன். அவளது சங்கடம் என்னை உறுத்தியது.

மலையிலிருந்து இருள் பயிர்கள்மீது இறங்கத் தொடங்கி யது. பசேலென்ற பயிர்கள்மீது சரிந்து கவிந்த மாலை நேரத்தைப் பார்க்கக் கிடைத்த அந்த அபூர்வத் தருணத்தை முழுவதுமாக ரசிக்க விரும்பினாலும், அது வீடு திரும்பும் நேரம் என்ற நினைவு துரத்த, 'சரி கிளம்புவமா?' என்று எழுந்து மெள்ள மாக நடக்கத் தொடங்கினேன். எதிர்பார்த்ததைப் போலன்றி அந்தப் பயணம் ஏமாற்றத்தில் முடிந்தது குறித்த வருத்தம் மனசில் நிலைத்தது. வரப்பின் மீது சோர்வுடன் நடந்துகொண் டிருந்த என்னைப் பின்தொடர்ந்த துஷியும் சுபைதாவும்

அவரவர் மௌனங்களின் வழியே என் சோர்வைக் கூட்டிக் கொண்டிருந்தார்கள். தளர்வுற்ற நடையில் காரை நெருங்கிக் கொண்டிருந்தோம். அப்போது நடையை எட்டிப்போட்டு என்னைத் தாண்டிச் சென்ற சுபைதா, 'நல்லா கண்டுபிடிச்சு கூட்டிக்கிட்டு வந்த இந்த விடியாமூஞ்சிய' போகிறபோக்கில் கிசுகிசுத்தாள்.

அபூர்வமாக வெளியில் வரக் கிடைத்த நாள் ஒன்று வீணாகப் போய்விட்ட துக்கத்தின் வெளிப்பாடாக அவ்வார்த்தை களைப் புரிந்துகொள்ள முடிந்த எனக்கு அவை எங்களுக்குப் பின்னால் வந்துகொண்டிருந்த துஷியின் காதில் விழுந்துவிடுமோ வென்ற பதற்றம் பற்றிக்கொள்ளச் சுபைதாவை முறைத்தேன்.

எங்களை எதிர்நோக்கி ஆவலுடன் காத்திருந்த வீடு எங்களை வரவேற்றது. இருண்டுகிடந்த அறைகள் தங்களைத் திறந்து எங்களை உள்வாங்கிக்கொண்டன.

வழியிலேயே குழந்தைகள் சுபைதாவோடு அவள் வீட்டில் இறங்கிக்கொண்டார்கள். அவர்கள் வரும்வரை வீடு நிசப்தத்தை அணிந்துகொண்டிருக்கும். துஷி நேராகத் தன் அறைக்குச் சென்று பயணத்திற்கான ஏற்பாட்டைச் செய்தாள். அதை முடித்த கையோடு வழக்கம்போலத் தன் இருக்கையில் உட்கார்ந்து தொலைக்காட்சித் திரையைப் பார்த்தாள். நான் தொலைக் காட்சியை ஓடவிட்டு அவளுக்கும் அதற்குமிடையிலான உறவைத் தொடக்கிவைத்தேன்.

தொலைபேசி மணி ஒலித்தது. 'நான்தாக்கா' என்றது சுபைதாவின் குரல். 'எப்ப அந்தப் பொண்ணு ஊருக்குக் கிளம்புறா?' என்றாள். குழப்பத்துடன் 'ஏன் இப்பத்தான்' என்றேன். 'ஆமா என்னா பொண்ணு அவ? புடிச்சுவச்ச களிமண்ணாட்டம். ரொம்பத் தலைக்கனம்தான். நீ என்னாத் துக்கு இவளக் கட்டியழற? எங்கிட்டக்கூடச் சரியாப் பேச மாட்டேங்கிறா. ஒவ்வொரு நேரமும் சாப்புடுறதுக்கு ஒன்னைய என்னா பாடுபடுத்துறாளோ? எம்புட்டு கெஞ்சவிடுறாளோ, தெரியலயே. பேசாம அனுப்பிச்சு வை.' என்மீதான அக்கறை யுடன் படபடத்தவளை 'சரி' என ஒற்றை வார்த்தையில் அடக்கிவிட்டு ரிஸீவரை வைத்தேன்.

அன்றிரவு துஷி என்னிடமிருந்து விடைபெற்றபோது ஏனோ சொல்லவியலாத வருத்தம் எனக்குள் மிஞ்சியிருந்தது. நிச்சயமாக அது அவள்மீதான வருத்தமல்ல என்னும் எண்ணம் என்னை ஆசுவாசப்படுத்தியது.

○

வியர்த்து வழிந்த முகத்தோடு நகரத்துக் கடையில் பேரம் பேசிக்கொண்டிருந்த என் தோள்மீது விழுந்த கை என்னைத் திரும்பவைக்க, யாரென்ற ஆர்வத்துடன் திரும்பினேன். யாரோ இளம் பெண். யூகிக்க முயன்று தோற்ற என்னிடம் 'அக்கா நான் துஷியோட கிளாஸ்மேட்' என்றாள்.

'நீங்க துஷியைப் பாக்க ஹாஸ்டலுக்கு வந்திந்தப்ப ரண்டு முறை ஒங்களைப் பாத்திருக்கேன்' தானே அறிமுகப்படுத்திக் கொண்டாள். தொடர்ந்து, 'துஷியைப் பாத்தீங்களா? பெட்ல இருக்காளே' என்றாள்.

எனக்குத் தூக்கிவாரிப்போட்டது. 'ஏன் என்னாச்சு?' அதிர்ச்சியுடன் கேட்ட குரல் அவளைச் சங்கடத்திற்குள்ளாக்க, 'ஒங்களுக்குத் தெரியாதோ?' ஒரு அடி அவசரமாகப் பின்வாங்கி னாள்.

'பரவாயில்லை சொல்லு. என்னாச்சு அவளுக்கு?' தைரிய மூட்டிய என் குரலில் சுரத்தே இல்லை. 'பயப்படாதீங்க. ஒண்ணுமில்ல. சும்மா அல்சர்தான். கடுமையான வலி வந்து ஒரு வாரமா பெட்ல இருந்துட்டு நேத்துத்தான் ஹாஸ்டலுக்கு வந்தா. உங்களுக்குச் சொல்லவேயில்லையா?' ஆச்சரியமாகக் கேட்டாள். தயங்கித் தயங்கி வெளிப்பட்ட அவள் குரலில் எனக்குத் தெரியக் கூடாத விஷயத்தைச் சொல்லிவிட்ட வருத்தம் தெரிந்தது. 'சரிக்கா நான் வர்றேன். நான்தான் உங்களுக்குச் சொன்னேன்ற விஷயத்த அவகிட்ட சொல்லிரா தீங்க.' இறுகிய முகத்துடன் இடத்தைக் காலிசெய்தாள்.

அருகே நின்று கவனித்துக்கொண்டிருந்த என் கணவர் நான் என்ன செய்யப்போகிறேன் என்பதை யூகிக்க முயன்று என் முகத்தையே கூர்ந்து கவனித்தார். எனக்குக் குழப்பமாக இருந்தது. அடுத்து நான் என்ன செய்ய வேண்டுமென்பதில் சிறு தடுமாற்றம் உண்டாயிற்று. சில தெருக்களே தாண்டி இருந்த ஹாஸ்டலுக்குப் போய் அவளைப் பாக்கலாமா? பார்த்து வீட்டிற்கு அழைத்துச் சென்று ஒரு வாரம் ஓய்வெடுக்க வைக்கலாமா? போன்ற யோசனைகளோடு அவள் ஏன் என்னிடம் சொல்லவில்லை என்ற கேள்வி மேலெழுந்தது.

அது குறித்து முடிவெடுப்பதில் எனக்கிருந்த குழப்பத்தை என் கணவரிடம் பகிர்ந்துகொண்டேன். 'வாங்க நாம போய் அவள நம்ம வீட்டுக்குக் கூட்டிட்டுப் போயிருவோம். ஒரு வாரமாவது உடம்பக் கவனிச்சு அனுப்பலாம் இல்ல?'

'அவள நம்ம வீட்டுல வச்சு உடம்பத் தேத்தப் போறியோ?' கிண்டலாகக் கேட்டவர், 'அவ என்னிக்கு நம்ம வீட்டுல முழுவயித்துக்குச் சாப்பிட்டிருக்கா? இனிச் சாப்பிடறதுக்கு. ஹாஸ்டல்ல இருக்க விடுறதுதான் அவளுக்கு நல்லதுன்னு தோனுது. அதுக்கு மேலே உன் விருப்பம்.' அவர் குரல் நிஜமான அக்கறையுடன் ஒலித்தது. 'அதோட ஒரு விஷயம் தெரியுமா? ஒருமுறை நான் அவள வீட்டுக்குக் கூப்பிடப் போனப்போ, ஹாஸ்டல் ரூமுக்குள்ள போய் ட்ரெஸ் எடுத்துட்டு வரப் போயிட்டுத் திரும்பி வரப்போ அவளோட கண்ணு கலங்கிப் போய் இருந்துச்சு. நீ அவகிட்ட காட்டுற பிரியத்தை, நட்பை, வெறும் இரக்கமாக மட்டுமே புரிஞ்சுக்கிட்டு இருக்காளோன்னு எனக்குத் தோனுது' சொல்லிக்கொண்டே நடந்த என் கணவருக்குப் பதிலாக ஒரு வார்த்தையும் இன்றி நான் துஷியைச் சந்திக்கும் எண்ணத்தைக் கைவிட்டு அவரைப் பின்தொடர்ந் தேன். ஏனோ இதயம் வலிக்க ஆரம்பித்தது.

மறுமுகம்

கண்ணாடிப் பாத்திரத்திலுள்ள நீர்போல அறைக்குள் இருள் நிரம்பித் ததும்பிக்கொண்டிருந்தது. இருளில் என் கண்கள் துழாவிச் சென்றடைந்த இடம் ரிஸ்வானாவின் படுக்கை. கண்ணுக்குச் சரிவரப் புலப் படாத காட்சி மனசில் பெரும் ரணமாகப் பதிந்து கிடக்கிறது.

சுருட்டியெறியப்பட்ட காகிதமாகச் சுருண்டு கிடக்கும் அவளது உடல் நினைவைவிட்டு அகலாமல் துன்புறுத்துகிறது. மருந்தின் நெடியும் ஆக்சிஜன் சிலிண்டரின் கரிய உருவமும் மருத்துவமனைக்குள் இருப்பது போன்ற உணர்வைத் தந்தன.

'அக்கா' இருளின் கடுமையை உடைத்த சுஜிதாவின் குரல் அவள் இன்னும் உறங்கவில்லை என்பதை உணர்த்த 'என்ன?' என்றேன்.

'நீங்க போய்த் தூங்குங்க. நான் நல்லாவே தங்கச்சியப் பாத்துக்குவேன். பயப்படாதீங்க.' அவள் குரல் தந்த நம்பிக்கையோடு அறைக் கதவை மூடிவிட்டு வெளியில் வந்தேன்.

வீடு தன் சப்தத்தை இழந்து நீண்ட நாட்களாகி விட்டது. வீட்டின் ஒவ்வொரு அசைவையும் ஒவ்வொரு வரின் நடவடிக்கையையும் ரிஸ்வானாவின் நோய் ஏதேனும் ஒரு வகையில் மாற்றியோ முடக்கியோ விட்டிருக்கிறது.

சுஜிதா ரொம்பவே கண்ணும்கருத்துமாக ரிஸ்வானா வைக் கவனித்துக்கொள்கிறாள். முன்பிருந்த நர்ஸைப் போல இவள் தூங்குமூஞ்சியல்ல. சுயநினைவற்றுக்

கிடக்கும் நோயாளியை இத்தனை பக்குவமாக சராசரி மனுஷி யாக நடத்துவது அத்தனை எளிதல்ல என்பது வியப்பூட்டித் தொந்தரவூட்டுவதாகவும் இருக்கிறது.

காலையிலிருந்து இரவுவரை ரிஸ்வானின் வாயிலிருந்து வழியும் எச்சிலைத் துடைப்பதிலிருந்து உடம்பைச் சுத்தம் செய்வது, மூக்கின் வழியே ட்யூபில் உணவூட்டுவது என்று என்ன வேலை செய்தாலும், அவளோடு ஏதாவது பேசிக் கொண்டேயிருப்பாள்.

'அவங்க பேசலன்னா என்ன? நாம பேசறது அவங்க காதுல விழும். உணர்வில்லாத நோயாளியாகவே நாம நினைக்கக் கூடாது.' வெறுமனே அமர்ந்திருந்து சுஜிதாவைப் பார்த்ததாகவே ஞாபகம் இல்லை. ரிஸ்வானா உறங்கும் நேரத்தில் அவள் உடைகளை அயர்ன் செய்துகொண்டோ பாண்டேஜ் துணியை வெட்டி அடுக்கிக்கொண்டோ மேசை யைத் துடைத்தபடியோ பரபரவென்று எதையாவது செய்து கொண்டிருப்பாள்.

கண்ணீரோடு அம்மா சொல்வாள் 'சுஜிதா நீ வந்த பிறகு இந்தப் பதினைஞ்சு நாளாதான் நாங்க ஓரளவுக்கு நிம்மதியா இருக்கோம். முன்னாடி இருந்த நர்ஸ் எம்பொண்ணச் சரியாகவே பாத்துக்கலை. அதுக்கென்ன சுயநினைவா இருக்கு எதுவும் சொல்ல? வாயில்லாப் பூச்சியால்ல கெடக்கு.'

'இருக்கட்டும்மா நான் வந்திட்டேன்ல. நான் பத்திரமாப் பாத்துக்கறேன்' சுஜிதாஅம்மாவையும் சமாதானம் செய்வாள்.

உண்மைதான். இந்தப் பதினைந்து நாட்களில் ரிஸ்வானா வின் உடல்நிலை குறித்த எங்கள் கவலையை அவள் தன் ஓயாத சேவையால் பாதியாகக் குறைத்திருந்தாள். இளம்வயதில் நோயுற்றுக்கிடக்கும் அவளைப் பார்த்துப் பார்த்து வேதனை யில் அலுத்துப்போயிருந்த எங்களுக்கு சுஜிதாவின் பணிவிடை ஓரளவு நம்பிக்கையை உருவாக்கியிருந்தது. அவளை இங்கு ஏற்பாடு செய்த ஏஜெண்ட் கணேஷ் 'இந்தப் பொண்ணு உங்க வீட்ல தங்கிக்குவா. நல்லபொண்ணு நல்லா பாத்துக்குவா, நீங்களும் நல்லா கவனிச்சுக்கங்க புது இடம் உங்க வீடு, சங்கடப்படாம பாத்துக்கோங்க. அவங்க பேரண்ட்ஸ் என்ன நம்பித்தான் அனுப்புறாங்க. நானும் உங்கள மாதிரி நல்ல மனுஷங்க வீடுன்னாதான் பொம்பளப் புள்ளங்கள அனுப்பு வேன்' என்று சொல்லியிருந்தார்.

வெறுமனே நர்ஸாக அல்லாமல் ரிஸ்வானா குறித்த எங்களது தீராத கவலை, அக்கறை என அனைத்தையும்

உணர்ந்துகொண்ட மனுஷியாக சுஜிதா இருந்தாள். இத்தனை துயரங்களுக்கிடையிலும் நாங்கள் அதிர்ஷ்டத்தை நம்பினோம்.

'கன்னுக்குட்டியாட்டம் ஓடிக்கிட்டிருந்த புள்ளைய இப்படிச் சுருட்டிப் போட்டியே ரப்பே?' அம்மாவின் புலம்பல் வீட்டின் கூரையில், சுவர்களில், எங்கள் ஒவ்வொருவரது செவியிலும் தேங்கியிருக்கிறது.

சாதாரண நாட்களாக இருந்த காலம் அசாதாரணமான தாக உறக்கமற்றுத் திகிலூட்டுவதாக மாறி மாதங்கள் ஆயிற்று என்பதே தாங்கவியலாத துன்பமாகக் கனக்கிறது. 'அக்கா நான் காலேஜ் போகணும். சாப்பாடு வைக்கிறயா?' முகமது வின் குரல் சமைக்க வேண்டியதை நினைவூட்டியது. சாப்பிடுவது கூடக் குற்றவுணர்ச்சி மிக்கதாக மாறி நீண்ட நாட்களாகி விட்டதை யோசித்து அடுக்கறைக்குள் நுழைந்தேன்.

'சமையல்கார அம்மா இன்னுமா லீவுமுடிஞ்சு வரலை? நீதான் சமைக்கணுமா?' முகமது சங்கடத்தோடு கேட்டுவிட்டு 'வேணும்னா நான் ஹோட்டல்ல சாப்பிடட்டுமா?' என்றான்.

'இருக்கட்டும், நான் சமைக்கிறேன். சாப்பிட்டுட்டுப் போ. அனேகமா வனிதாம்மா இன்னிக்கு வந்துருவாங்கன்னு நினைக் கிறேன். இருபது நாள் லீவு இன்னியோட முடியுது' அவனைச் சமாதானப்படுத்தினேன்.

பதிலேதும் சொல்லாமல் அங்கிருந்து விலகிச் சென்ற முகமது மறுபடியும் அருகில் வந்து, 'அக்கா இந்தப் பொண்ணு சுஜிதாவை நல்லபடியா வச்சுக்கலாம். எந்தக் குறையுமில்லாம ரொம்ப நல்லா ரிஸ்வானாவைப் பாத்துக்குறா' சொன்ன போதே கண்கலங்கித் தொண்டை கமறியது அவனுக்கு. சிவந்த நீளமான மூக்கு விடைக்கச் சட்டென்று அவ்விடத்தைவிட்டுச் சென்றான்.

வீட்டில் ஒவ்வொருவரும் துயரத்தைச் சுமந்து திரியும் இந்த நிலைமையை நினைத்துத் தாளவியலாத விரக்தி உண்டா யிற்று. 'உனக்கே இது நல்லாயிருக்கா?' என்று வானத்தை நோக்கிக் கேட்க நினைத்து அதை ஒரு நாளைக்கு எத்தனை முறை சொல்வது என்று எனக்கு நானே அலுத்துக்கொண்டேன்.

'அக்கா, ரிஸ்வானாவிற்கு மோஸன் போயிருக்கு. கொஞ்சம் உள்ள வறீங்களா? சுத்தம் பண்ணப்போறேன். அப்படியே பாத் குடுக்கணும். நீங்க கொஞ்சம் ஹெல்ப் பண்ணுங்க' சுஜிதாவின் குரல் அழைக்க நான் செல்ல விரும்பாத அந்த அறையை நோக்கி வலுக்கட்டாயமாகக் கால்களை நகர்த்தினேன்.

‘அக்கா உடம்பக் கொஞ்சம் சாஞ்சாப்புல புடிச்சுக்கங்க’ என்றாள் சுஜிதா. ரிஸ்வானா எந்த அசைவுமின்றிப் படுத்திருந் தாள். நோய் அவள் உடம்பின் வனப்பைச் சிதைத்திருந்தது. வெறித்த பார்வை. வெண்மையான உடல் ரத்தமின்றி மேலும் வெளுத்திருக்கிறது. சுருங்கிய தோல். படுக்கைப் புண்வரலாம். சுஜிதா மலத்தைத் துடைத்தெடுத்ததையும் ரிஸ்வானா அந்த உணர்வேயற்றுப் படுத்திருந்ததையும் என்னால் காணச் சகிக்க வில்லை. சுஜிதாவின் முகம் எந்த அசூசையுமற்றுத் தெரிந்தது. மலம் துடைத்த கையுறையை உருவி எடுத்துக் குப்பைவாளி யில் போட்டாள். ரிஸ்வானாவின் உடம்பைப் புரட்டி ஏர் பெட்டின் மீது சரியாகப் படுக்கவைத்து, ‘இப்ப நீங்க போங்க’ என்கிறாள்.

‘என்ன போன காரியம் முடிஞ்சுதா? பொண்ணு மாப்பிள்ளை எல்லாம் சொகமாயிருக்காங்களா?’ அம்மாவின் குரலில் தெறித்த உற்சாகத்தைக் கவனித்து யாராக இருக்கும் என்று யோசித்தவாறே ஹாலுக்கு வந்தேன். சமையல்கார வனிதாம்மாவோடுதான் அம்மா பேசிக்கொண்டிருந்தாள்.

அப்பாடா என்று நிம்மதி உண்டாயிற்று. இனிச் சமைக்க வேண்டாம் என்கிற நிம்மதி. ‘வாங்க வாங்க. என்ன ஊரு விட்ருச்சா உங்கள?’ என் வரவேற்பால் கூச்சமுற்றவளாக நெளிந்த வனிதாம்மா ‘வந்துடேம்மா . . .’ என்று அடுக்களைக்குள் நுழைந்துகொண்டாள்.

வனிதாம்மா வந்ததால் உண்டான நிம்மதி ஒரு புறமும் இனிச் சமையல் வேலையுமின்றிச் சும்மா இருக்க வேண்டிய தருணங்கள் உண்டாக்கக்கூடிய வெறுமையின் நினைவும் ஒருசேரத் தோன்றிக் குழம்பினேன். நோயாளியோடு இருக்க நேரும் சமயங்கள் வாழ்க்கை குறித்த கனவுகளை, ஆசைகளை, திட்டமிடல்களை நீர்த்துப்போகச் செய்துவிடும் துயரத்தை யோசித்தேன். சட்டென ஹாலில் அம்மாவின் பிதற்றல் ஒலி சற்றுக் கூடிக்கொண்டுவந்ததைக் கவனித்தேன். அம்மா தன் துக்கத்தை வனிதாம்மாவிடம் பகிர்ந்துகொண்ட காரணம் எனக்குப் புரிந்தது. முப்பது ஆண்டுக்காலமாகக் கூடவே இருக்கும் நபரிடம் தனக்குள்ள உரிமையைப் பறைசாற்றியது அந்தப் பிதற்றல் ஒலி.

‘மூத்ததுக்கு அமைஞ்சதுதான் கெட்ட நஸீபு. இதனை யாச்சும் கட்டிக்குடுத்து வாழவைக்கணும்னு ஆசைப்பட்டேன்.’ அம்மாவின் புலம்பல் வழக்கத்தைவிட எனக்குக் கடும் எரிச்சலை உண்டாக்கிற்று. வீட்டுமுற்றத்தில் விழுந்திருந்த மஞ்சள் வெயிலின் கடுமையில் அவ்வெரிச்சல் பன்மடங்காகப் பெருகி உடலெங்கும் பரவியதாக உணர்ந்தேன்.

வனிதாம்மா எங்கள் வீட்டில் ஒருவரைப் போல. ஆனால் சுஜிதா பதினைந்து நாட்களுக்கு முன்னால் வந்தவள். அவள் இருந்ததையே மறந்தவளாக அம்மா பிதற்றியது எனக்கு அவமானமாக இருந்தது. ஆனாலும் கவலைகளால் நிறைந்துள்ள அம்மாவின் தலையில் இவையெல்லாம் எங்கே ஏறப்போகின்றன எனச் சமாதானப்படுத்திக் கொண்டேன்.

சுஜிதா ரிஸ்வானாவைத் தன் பொறுப்பில் எடுத்துக் கொண்டுவிட்டதுபோல வீடு வழக்கம்போல வனிதாம்மாவின் ஆளுமைக்குள் சென்ற திருப்தியோடு படுக்கையில் விழுந்து நீண்ட நாளையத் தூக்கத்தைத் தேடினேன்.

○

‘அக்கா நான் இன்னைக்கு விரதம். எதுவும் சாப்பிட மாட்டேன். பால்பழம் ஏதாவது இருந்தா குடுங்க’ என்ற சுஜிதாவிடம் ‘என்ன விரதம்?’ என்றேன்.

‘அம்மா மேல்மருவத்தூர் போறாங்க. அதுக்கு நானும் விரதம் இருக்கறேன்.’

‘விரதம்னா நான்வெஜ்தானே சாப்பிடமாட்டாங்க. நீ சாப்பாடே வேணாங்கிற. எத்தனை நாளக்கு?’ வியப்புடன் கேட்ட என்னிடம் ‘ஒரு வாரத்துக்குப் பால்பழம் மட்டும் போதும்’ என்றாள்.

அவள் முகத்தில் தெரிந்த சோர்வும் உறுதியும் என்னைப் பேசவிடாமல் செய்தன. பட்டினியாக இருந்துகொண்டு இவளால் எப்படி இரவும் பகலும் நோயாளியைக் கவனித்துக் கொள்ள முடியும்? இன்றுதான் சுஜிதாவை முதன்முறையாகச் சோர்வடைந்தவளாகப் பார்த்தேன். ‘ரொம்ப நல்லப் பொண்ணு. உற்சாகமாக வேலைபாப்பா’ ஏஜென்ட் சொன்னது மறுபடி நினைவுக்கு வந்தது.

பதினைந்து நாட்களாக இருந்த உற்சாகமும் துடிப்பும் எங்கே போயின? இந்தச் சில நாட்களில் அவள் சரியாகச் சாப்பிடுவதில்லை என்பதை வனிதாம்மா இரண்டு நாட்களுக்கு முன் சொல்லியிருந்தாள். சுஜிதாவை ஆழ்ந்து கவனித்தேன். வந்த புதிதில் இருந்ததைப் போலில்லை அவள் முகம். கன்னங்கள் ஒட்டிப்போயிருந்தன. கண்ணுக்குக் கீழே கருவளையம். குள்ளமான உருவம் ஒடுங்கிப்போயிருந்தது. மனத்திற்குள் தவிர்க்கவியலாமல் எழுந்த குற்றவுணர்ச்சியோடு, ‘இங்கே உனக்கு ஏதும் பிரச்சனையா? அம்மா ஏதும் சொல்லிட்டாங்களா?’ பரிவோடு கேட்ட என்னிடம் ‘சே சே. அதெல்லாம் ஒண்ணுமில்ல. நான் நல்லாத்தான் இருக்கேன்’ என்றாள்.

‘இல்ல இங்கே இருக்கிறது பிடிக்கலையா? ரிஸ்வானாவைப் பாத்துக்கிறது கஷ்டமா இருக்கா? விருப்பமில்லைன்னா வேற எங்கியாவது போக நினைச்சாக்கூடப் போயிரு’ என்ற என்னை ‘அக்கா அப்படியெல்லாம் சொல்லாதீங்க’ என இடைமறித்தாள்.

‘எனக்கு ஏனோ சாப்பிட முடியல. மத்தபடி ஒரு குறையு மில்லை. ப்ளீஸ்க்கா கவலைப்படாதிங்க. நான் போகமாட்டேன்’ முகத்தில் எந்த உணர்ச்சியையும் காட்டாமல் அமைதியாக ரிஸ்வானாவின் அறைக்குள் புகுந்துகொண்டாள்.

சுஜிதாவுக்கு என்னவாயிற்று என்னும் குழப்பம் கவலை யாய் மாற அவளுக்கு இந்த வீடு எந்த விதத்திலும் அசௌகர்ய மானதாக இருந்துவிடக் கூடாது என்பதில் ஒவ்வொரு நிமிடமும் கவனமாயிருந்தேன்.

என்னைத் தவிர வேறு யாரும் அவளைப் புண்படுத்தி யிருக்கமாட்டார்கள் என்பதில் உறுதியாக இருந்தேன். பலவற் றையும் யோசித்துச் சலிப்புற்று உட்கார்ந்திருந்தவளிடம் ‘பேசுன சம்பளத்தைக் கொறைச்சி கிறைச்சிப் போட்டுட்டியா?’ என் காதோரம் கிசுகிசுத்த அம்மாவின் கவலை தோய்ந்த குரல் தொடர்ந்து ‘இவ எம்பொண்ண விட்டுட்டுப் போயிருவாளா?’ என்றது. ‘இல்லை’ என ஒற்றை வார்த்தையில் அம்மாவை அமைதிப்படுத்தினேன்.

‘சாப்பாடு வச்சாச்சு. வாங்க சாப்பிடலாம்’ என்னை அழைத்த வனிதாம்மாவை ‘இதோ வரேன்’ என்று சொல்லி அனுப்பிவிட்டு, ரிஸ்வானாவின் அறைக்குள் நுழைந்தேன். வழக்கம்போல அவள் அசைவற்றுப் படுத்திருந்தாள். சேரில் உட்கார்ந்து டிஷ்யு பேப்பரைப் பிரித்து அடுக்கிக்கொண்டிருந்த சுஜிதாவிடம், ‘சுஜிதா வா சாப்பிடலாம். வெஜிடேரியன்தான்’ என்ற என் குரல் எனக்கே புதுசாகக் கேட்டது. ‘அய்யோய்யோ வேணாங்க்கா’ பிடிவாதமாக மறுத்தவளைச் சமாளிக்க முடியா மல் வெளியே வந்தேன். கம்ப்யூட்டரின் முன்பு அமர்ந்து படித்துக்கொண்டிருந்த முகம்மதுவிடம் ‘கணேஷுக்குக் கால் பண்ணிக் குடு’ என்றேன். தொடர்பில் வந்த கணேஷிடம், ’சுஜிதாவை நீங்க வந்து கூட்டிட்டுப் போறீங்களா? இல்லை அவளே போயிடுவாளா?’ எனக் கேட்டேன்.

மறுமுனையில் அவன் அதிர்ச்சியடைந்திருக்க வேண்டும். ‘ஏன் என்னாச்சும்மா?’ பதறிய குரலில் அவநம்பிக்கை தெரிந்தது. ‘சுஜிதா சரியாத்தான தங்கச்சியைப் பாத்துக்குது?’

‘அதெல்லாம் ஒன்னும் பிரச்சினையில்லை சார். ஆனா சுஜிதா வேண்டாம். வேற நல்ல நர்ஸ் கூட்டிட்டுவாங்க. ப்ளீஸ்.’

அம்மாவும் முகமதுவும் ஒன்றும் புரியாமல் என் முகத்தையே பார்த்து அதிர்ந்து நிற்கிறார்கள். எனக்கேதும் பைத்தியமா என்று நினைத்திருக்கலாம். அம்மா வாய்விட்டுப் பிதற்ற ஆரம்பித்தாள். 'இப்ப இவளும் போயிடுவாளா? எம்மகள யாரு பொறுப்பாப் பாத்துக்குவாங்க?' அம்மாவின் முகத்தில் என்மீது விரோதம் பொங்கியது.

'குரங்கு செத்தா பொழப்பு கெட்டுடாது. சும்மா இருங்கம்மா' அம்மாவை சமாதானம் செய்கிறாள் வனிதாம்மா.

கணேஷ் வருவதற்கு முன்னால் சுஜிதா தன் பேக்கைக் கையில் எடுத்துக்கொண்டு அறையைவிட்டு வெளியே வந்தாள். 'அவளுக்கு இதில்லையென்றால் இன்னொரு கேசு. நாம இல்ல கஷ்டப்படணும்?' அம்மா தனக்குத்தானே புலம்பிக் கொண்டு ரிஸ்வானாவின் அறையை நோக்கிப் போனாள். அவளது தள்ளாடிய நடையை என்னால் தாங்கிக்கொள்ள முடியவில்லை.

'நான் போறேன்கா' ஒற்றை வார்த்தையோடு அவள் விலகிச் சென்ற காட்சி என்னை வருத்தமுண்டாக்குவதற்குப் பதிலாக நிம்மதியூட்டியது. கதவைத் தாழிட்டேன். முகம்மது என் எதிரில் கடும் கோபத்தோடு நின்றுகொண்டிருந்தான். அவனுக்குக் காரணம் தேவையாயிருந்தது. அவள் முகத்தை ஏறிட்டு 'கவலைப்படாதே. கணேஷ் இப்ப வேற நர்சோட வருவார். அதுவரைக்கும் நான் அவளைப் பாத்துக்கிறேன்.' நான் கடந்து சென்ற பிறகும் அதே இடத்தில் நின்றுகொண்டிருந்தவனிடம், 'ஒரு எஸ்சி பொம்பள சமைச்சு நீங்க எப்படி சாப்பிடுறீங்க? என்னால் சாப்பிட முடியலன்னு சொன்னா.' நான் சொன்ன பதில் அவன் எதிர்பாராத ஒன்று. சற்று நேரம் அசைவற்று நின்றிருந்தான்.

'அவ பல்ல உடைக்காம அனுப்பிட்டியே' என்றான். அவனது குரல் அதுவரைக்கும் கேட்டிராததாக இருந்தது.

ஆசிரியரின் பிற காலச்சுவடு நூல்கள்

ஒரு மாலையும்
இன்னொரு மாலையும்
(கவிதைகள்)
ரூ. 110

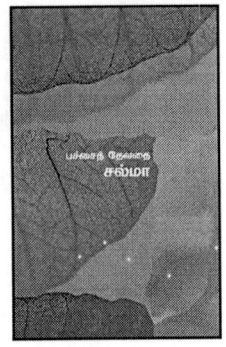

பச்சைத் தேவதை
(கவிதைகள்)
ரூ. 130

தானுமானவள்
(கவிதைகள்)
ரூ. 125

பால்யம்
(சிறுகதைகள்)
ரூ. 160

இரண்டாம் ஜாமங்களின்
கதை
(நாவல்)
ரூ. 650

மனாமியங்கள்
(நாவல்)
ரூ. 325

அடைக்கும் தாழ்
(நாவல்)
ரூ. 275